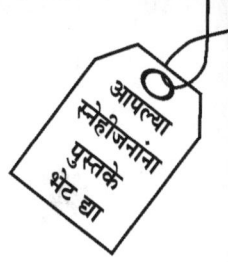

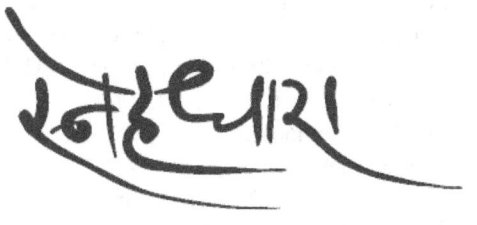

स्नेहधारा

रणजित देसाई

संपादन
पांडुरंग कुंभार

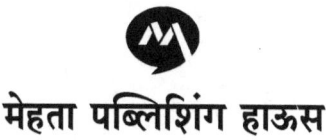

मेहता पब्लिशिंग हाऊस

- *या पुस्तकातील लेखकाची मते, घटना, वर्णने ही त्या लेखकाची असून त्याच्याशी प्रकाशक सहमत असतीलच असे नाही.*

SNEHADHARA by RANJEET DESAI

स्नेहधारा : रणजित देसाई / ललित लेख

संपादन : पांडुरंग कुंभार

© सौ. मधुमती शिंदे / सौ. पारू नाईक

मराठी पुस्तक प्रकाशनाचे हक्क मेहता पब्लिशिंग हाऊस, पुणे.

प्रकाशक : सुनील अनिल मेहता, मेहता पब्लिशिंग हाऊस,
१९४१, सदाशिव पेठ, माडीवाले कॉलनी, पुणे - ४११०३०.

अक्षरजुळणी : गार्गी वर्डवर्ल्ड, पुणे.

मुखपृष्ठ : चंद्रमोहन कुलकर्णी

प्रथमावृत्ती : ८ एप्रिल, १९९७ / पुनर्मुद्रण : ऑगस्ट, २०१३

ISBN 81-7161-694-1

जलधारांना पीळ असतो
स्नेहधारांना पीळ नसतो

'सकाळ'मधून 'कोरीव लेणी' या सदरात दादांनी बऱ्याच आठवणी लिहिल्या.

त्यापूर्वी दादांनी सुखदुःखाच्या प्रसंगी आपलं मन असंच मोकळं केलं होतं.

या सर्व 'धारा' एकत्रित कराव्यात, असं ठरवलं. पण बऱ्याच लेखांची कात्रणं माझ्या संग्रही नव्हती.

या कामी त्यावेळचे 'सकाळ'चे संपादक श्री. अनंतराव दीक्षित यांचं बहुमोल साहाय्य लाभलं, म्हणूनच 'स्नेहधारा' साकारू शकली.

दादांच्या मनात अजून बऱ्याच मैफली साकार करायच्या होत्या. 'छोट्या'पासून 'मोठ्या'पर्यंत अनेकांनी त्यांच्या मनात घर केलं होतं. स्नेहाच्या अतूट धाग्यांनी मन जखडलं होतं.

पण अचानक अघटित घडलं. मैफल अधुरीच राहिली.

अधुऱ्या मैफलीत जुळलेल्या ह्या स्नेहधारा...

अनुक्रम

चंद्र-सूर्याची भेट / १
शिवभक्त भालजी पेंढारकर :
एक पोलादी व्यक्तिमत्त्व / ६
देव दाराशी आला / १४
राजे देशमुख / १८
भुलाये न बने! / २५
रंगमंचावरचं झळकतं झुंबर / ३०
सरगम संपली / ३७
एका थोर स्वयंसेवकाचा अंत / ४३
प्राचार्य देसाई :
व्यासंगी व्यक्तिमत्त्व / ४९
शैशव जपलेला मित्र / ५४
तात्यांची ती अविस्मरणीय भेट / ५८
स्नेहाचा खळखळता निर्झर / ६१
रेसकोर्स, नंबर एक / ६७
ती गद्य-पद्याची संगत / ७७
...आणि तानपुरा मस्त जुळला / ८०
श्रद्धेची शिकवण देणारं गाव / ८४
कर्मण्येवाधिकारस्ते / ८७
समाधानाचा एक क्षण / ९२
लक्षात राहिलेला मेहतर / ९४
दीदी / ९७
किती पैसे मिळतील, हो? / १००
आणखी एक रंगलेली रात्र / १०४
एका पुरुषोत्तमाचं दर्शन / १०८
आशीर्वादातील आनंद / १११
न उलगडणारं कोडं / ११५
निर्मळ मनाचा माणूस / ११९
मला दिसलेले भाऊ / १२३
तो बेचैनीचा दिवस / १२८
ते त्रेसष्ट रुपये / १३२
याद पिया की आये / १३५
पाणी डोळ्यांत मावेना / १३८
आणि मैफल अधुरी राहिली... / १४१

चंद्र-सूर्याची भेट

आचार्य अत्रे यांच्या सहवासातल्या अनंत आठवणी मनात गर्दी करतात. वाटतं, हे सगळं स्वप्न होतं.

आचार्य अत्रे- महाराष्ट्राचं सुदैव, म्हणूनच एवढं विविधस्पर्शी व्यक्तिमत्त्व लाभलं. स्वच्छ मनाचा, अन्यायाविरुद्ध सदैव पेटून उठणारा, कुणाचाही मुलाहिजा न ठेवता लेखणी-वाणीनं तोफा डागणारा हा माणूस! अनेकांना याच लेखणी-वाणीनं मोठं केलं. असं हे झुंजार, तडफदार, व्यक्तिमत्त्व. सतत उत्साह नुसता ओसंडून जात असे. कुणीही, केव्हाही, कोणतंही सामाजिक कार्य घेऊन जावं; या माणसानं कधी कुणाला निराश करून पाठवलं नाही. रिक्त हस्तानं तर नाहीच नाही.

एकदा मी भाऊसाहेब खांडेकर यांच्या- बरोबर मुंबईला गेलो होतो. डॉक्टरांना त्यांचे डोळे दाखवायचे होते. त्रिभुवन रोडवर त्यांचं निवासस्थान होतं. 'नीलकमल'मध्ये डॉ. भडकमकर यांच्याकडे ते असत. पुढच्याच गल्लीत माझा जिवलग मित्र शाहीर गव्हाणकर राहत होता. मी राहत असे शाहिराकडे.

डोळे तपासण्याचा कार्यक्रम झाला.

भाऊंना घरी आणलं. मी माझ्या नेहमीच्या शिरस्त्याप्रमाणे ‘शिवशक्ती’मध्ये आचार्य अत्रे यांना भेटण्यासाठी गेलो.

भाऊसाहेब खांडेकर आणि आचार्य अत्रे ही माझी दोन आराध्यदैवतं.

‘शिवशक्ती’च्या तिसऱ्या मजल्यावर आचार्य अत्रे राहत असत.

“का आला होता?” गंभीर आवाजात त्यांनी प्रश्न केला.

“भाऊसाहेबांचे डोळे दाखविण्यासाठी त्यांना घेऊन आलोय” मी म्हणालो.

माझे शब्द ऐकताच ते एकदम उसळून म्हणाले,

“ज्या ज्या वेळी आम्ही कोल्हापूरला जातो, त्या त्या वेळी महालक्ष्मीच्या दर्शनानंतर भाऊसाहेबांचं दर्शन घेतो. भाऊसाहेब इतक्या वेळेला मुंबईला आले; पण आमच्या या ‘शिवशक्ती’ला मात्र त्यांचे पाय कधी लागले नाहीत. याचं आम्हाला फार दु:ख होतं.”

“उद्या भाऊंना मी घेऊन येतो.” मी म्हणालो.

“जरूर ये. आम्ही त्यांची वाट पाहतो.” आचार्य अत्रे म्हणाले.

मी ‘शिवशक्ती’तून बाहेर पडलो.

मनात विचार येत होते : आपण फार मोठी जबाबदारी स्वीकारली आहे. जर ही जबाबदारी पार पाडली नाही, तर दोघांचाही निष्कारण रोष पत्करावा लागेल.

मी भाऊंकडे आलो. त्यांना सांगितलं,

“भाऊ, आचार्य अत्र्यांनी तुम्हाला भेटायला बोलावलं आहे.”

भाऊ नेहमीप्रमाणे म्हणाले,

“पुढच्या खेपेला डोळे दाखवायला आलो ना की, वेळ काढून जाऊ या आपण.”

भाऊंची ही नेहमीची उत्तरं मला माहीत होती. मी मनातून संतापलो होतो.

मी भाऊंना म्हणालो,

“भाऊ, आता तुम्हा दोघांचीही वयं झाली आहेत. एकमेकांविषयी कटुता मनात कशाला ठेवायची? पाठीमागे काय शिल्लक राहणार आहे? अत्रेसाहेबांना मी तुम्हांला ‘शिवशक्ती’त आणायचं वचन दिलंय.’

मी बोलत होतो.

भाऊ शांतपणे माझं बोलणं ऐकत होते.

त्यांनी चश्मा काढला आणि तो पुसत पुसत त्यांनी विचारलं,

“वचन दिलंस?”

“हो! मी त्यांना वचन दिलंय, भाऊ.”

“ठीक आहे. मी त्यांना उद्या भेटायला जाईन. अत्र्यांना कोणती सोयीची वेळ

आहे, ते फोन करून विचारून ठेव.''

भाऊंच्या होकारानं मला खूप आनंद झाला. त्यावेळी 'नीलकमल'मध्ये फोन नव्हता. मी जिने उतरून समोरच्या इराण्याच्या हॉटेलमध्ये गेलो. अत्रेसाहेबांना फोन लावला. फोन शिरीषताईंनी घेतला. नंतर साहेबांनी घेतला.

''मी रणजित देसाई बोलतोय.''

''हं! बोला...'' अत्रेसाहेबांचा आवाज आला. ''काय आहे, रणजित?''

''साहेब, भाऊसाहेबांनी विचारलंय, की तुम्हाला सोयीची वेळ कोणती आहे म्हणून!''

''केव्हा येऊ? अरे, त्यांना सांग, मध्यरात्री आलात, तरी चालेल. पण या, म्हणावं.''

''उद्या संध्याकाळी सहा वाजता मी भाऊसाहेबांना घेऊन येतो.''

एक दीर्घ उसासा सोडला.

'नीलकमल'मध्ये येऊन मी भाऊसाहेबांना निरोप सांगितला.

दुसऱ्या दिवशी संध्याकाळी सहा वाजता अत्रेसाहेबांना भेटायला जायचं निश्चित ठरलं.

वेळेच्या बाबतीत भाऊ अत्यंत वक्तशीर. कोणताही कार्यक्रम असला, की त्या आधी भाऊ आपले कपडे, बॅटरी, काठी याची तयारी करून वाट बघत असत. त्यामुळे मी निश्चिंत होतो.

पावणेसहाला मी भाऊंकडे गेलो. आश्चर्यकारक दृश्य होतं!

नाईट ड्रेसमध्ये कॉटवर पडून भाऊ भडकमकरांशी बोलत होते.

भाऊंनी मला विचारलं,

''रणजित, का आलास?''

मी आठवण करून दिली.

''भाऊ, अत्रेसाहेबांना सहाची वेळ दिली आहे.''

भाऊ हसून म्हणाले.

''हां, हां! विसरलोच.''

हेही खोटं होतं!

भाऊ असल्या गोष्टी विसरत नसत.

भाऊ म्हणाले,

''रणजित, थोडा वेळ थांब. आपण जाऊ.''

मी थांबलो.

सहा वाजले. साडेसहा झाले. पण भाऊंच्या गप्पा संपत नव्हत्या.

मी थोड्याशा नाराजीनं म्हणालो,

''भाऊ, सात वाजायला आले. आपल्याला जायला हवं.''

''हो, हो झालंच. माझं पाणी काढ.''

मी भाऊंचं पाणी काढलं. भाऊंना स्नानासाठी नेलं.

अंघोळ करून भाऊ बाहेर आले.

साडेसात झाले होते.

भाऊंनी कपडे केले. एक साधं जाकीट, पांढरी स्वच्छ विजार आणि डोक्यावर काळी टोपी. भाऊ तयार झाले. भाऊंना हाताचा आधार देऊन त्यांना खाली घेऊन आलो.

टॅक्सी केली. वरळीला पोहोचायला आठ वाजायला आले होते.

'शिवशक्ती'मध्ये त्या आधी एक गोष्ट घडली होती. 'शिवशक्ती'मध्ये दोन माणसांची लिफ्ट होती. अचानक लिफ्ट बंद पडल्यामुळे अत्रेसाहेब भयंकर चिडले होते. आरडाओरडा करून त्यांनी साडेचार वाजेपर्यंत लिफ्ट दुरुस्त करून घेतली होती आणि सहा वाजल्यापासून साहेब 'शिवशक्ती'च्या गेटसमोर ईझीचेअर घालून भाऊंची वाट बघत बसले होते.

भाऊंना बघताच अत्रेसाहेब आनंदाने उठले. भाऊंच्या गळ्यात हार घालत उद्गारले-

''आज आमची 'शिवशक्ती' धन्य झाली!''

दोघांना लिफ्टमधून वर पाठवून, मी जिना चढून वर गेलो.

-आणि मग दोघांच्या गप्पा सुरू झाल्या.

चहा-पाणी झालं.

भाऊ अत्रेसाहेबांचा निरोप घेऊन उठले.

अत्रेसाहेब भाऊंना पोहोचवायला लिफ्टपर्यंत आले. त्या मधल्या पॅसेजमध्ये सुभाषबाबूंचा अर्धपुतळा होता. त्यासमोर लिफ्ट होती.

लिफ्टचा दरवाजा उघडला आणि अत्रेसाहेब एकदम गहिवरले. त्यांनी भाऊंना हाक मारली. भाऊ वळले.

अत्रेसाहेब म्हणाले,

''भाऊ, तुमच्या अंगावर डाग असतील; पण तुमचं मन गंगेइतकं निर्मळ आहे. आमच्या अंगावर डाग नसतील; पण आमचं मन...''

त्या शब्दांवर भाऊंनी साहेबांना अडवलं.

''बाबूराव, एक गोष्ट लक्षात ठेवा. आज जो संयुक्त महाराष्ट्र होतो आहे, तो तुमच्यामुळे होतो आहे. हे मी जाहीर सभांमधून बोललो आहे. तुमच्या मनाविषयी

कोणीही शंका घेऊ नये. जे मनात आहे, ते स्पष्टपणे बोलण्याचं धाडस फक्त तुमच्यामध्ये आहे.''

दोघांनीही एकमेकांना मिठी मारली. दोघेही भारावलेले होते.

ती मिठी बघत असता माझ्या डोळ्यांत पाणी तरळलं.

दोघांना लिफ्टमध्ये बसवून मी खाली आलो.

भाऊ गाडीत बसले.

भाऊंना त्यांच्या निवासस्थानी पोहोचवलं. पण माझ्या मनात एक विचार सारखा येत होता;

ही पर्वत-शिखरासारखी दोन माणसं एकमेकांना का भेटत नव्हती?

भाऊसाहेब सौजन्यामुळे प्रसिद्ध, तर अत्रेसाहेब सदैव अंगारासारखे फुललेले.

-एका बाजूला चंद्र, तर दुसऱ्या बाजूला सूर्य!

-एका नाट्यसंमेलनात अध्यक्षपदावरून बोलताना भाऊ म्हणाले,

''जर श्रेष्ठ नाटककारांची पंगत बसली, तर त्या पंगतीमध्ये अत्रे येऊन बसू शकत नाहीत.''

हे अत्रेसाहेबांनी वाचलं आणि ते एकदम भडकले. त्यांनी 'नवयुग'मध्ये पहिल्या पानावर ठळक मथळा लिहिला,

''हा कोडफुटक्या खांडेकर काय सांगतो?''

-आणि भाऊंच्या मनात ही खंत खोलवर रुजली.

अत्रेसाहेब कोल्हापूरला येऊन भाऊंना भेटूनसुद्धा भाऊंनी आपला राग व्यक्त केला नाही.

भाऊ संयमी होते. संताप व्यक्त करण्याचा त्यांचा स्वभाव नव्हता; पण ज्या ज्या वेळी ते मुंबईला येत, त्या त्या वेळी अत्रेसाहेबांची भेट टाळत. काही ना काही कारण सांगत.

माझ्या आग्रहाखातर भाऊंनी भेट स्वीकारली.

-आणि अत्रे-खांडेकरांचा वाद तेथेच संपला.

जुन्या आयुष्यात काही घडलंच नाही, असं समजून दोघेही एकमेकांना भेटत राहिले.

शिवभक्त भालजी पेंढारकर : एक पोलादी व्यक्तिमत्त्व

माझ्या आयुष्यात इतिहासाची आवड निर्माण करण्यास जी काही माणसं कारणीभूत झाली, त्यात भालजी पेंढारकर ऊर्फ बाबा यांचा आवर्जून उल्लेख करावयास हवा. वयाच्या दहा-बारा वर्षांपासून उन्हाळ्यातले पन्हाळ्याचे दिवस मला आजही आठवतात. कैक वेळेला बाबांचा मुक्काम तिथं असे. त्यांच्याबरोबर पुसाटी बुरूज, अंबारखाना, कोठीसज्जा, तीन दरवाजा फिरत असताना बाबा आम्हाला शिवचरित्रातील कथा सांगत असत.

बाबांची वक्तृत्वशैली अत्यंत प्रभाव-शाली. त्यांच्या शब्दांतून इतिहासातील पानं आमच्या बालमनांसमोर साकार होत असत.

बाबांचं व्यक्तिमत्त्व अत्यंत साधं, उंची बेताची, साधा सावळा गोल चेहरा. अंगात नेहमी आखूड कुडता, पांढरी स्वच्छ अर्धी चड्डी. याखेरीज व्यक्तिमत्त्वात भव्यता जाणवणारी कोणतीच गोष्ट नव्हती; पण त्यांचे डोळे मात्र दुसऱ्याच्या हृदयाचा ठाव घेणारे. त्या डोळ्यांना सदैव एक प्रखरता लाभलेली दिसे. त्याचमुळे त्यांच्या डोळ्याशी डोळा भिडवून बोलणं कठीण होत असे.

बाबा नेहमी शूटिंगमध्ये गढलेले असत. कथानक लिहायचं असेल, तर त्यावेळी ते

पन्हाळ्याला मुक्काम करीत असत.

मी विद्यापीठात शिकत होतो. बाबांच्या स्टुडिओत जाणं, शूटिंग पाहणं ही फार इच्छा असे. पण मुलांनी शूटिंग पाहणं, सिनेमातल्या जगात रमणं हे बाबांना मुळीच पसंत नसे. पन्हाळ्यावर वयाचा फरक विसरून, आमच्याशी एकरूप होऊन कथा सांगणारे बाबा आणि स्टुडिओत कामात व्यग्र असणारे बाबा यात जमीन-अस्मानाचा फरक असे. त्यांनी आम्हाला स्टुडिओतल्या वातावरणात कधीच रमू दिलं नाही.

स्पष्टवक्तेपणा हा बाबांचा पिंड आहे. बाबा ज्याप्रमाणे बोलतात, त्याप्रमाणे वागतात. मग त्याची किंमत कितीही पडो. हे जरी खरं असलं, तरी आपली राजकीय मतं त्यांनी कधीच दुसऱ्यावर लादली नाहीत आणि त्याचमुळे अनेक राजकीय मतभेद असले, तरी राजकीय क्षेत्रातली अनेकानेक मंडळी त्यांची स्नेही बनली.

बाबांनी अनेक चित्रपट काढले. महारथी कर्ण, वाल्मीकी, छत्रपती शिवाजी महाराज असे अनेक अवघड विषय त्यांनी हाताळले. छत्रपती शिवाजी महाराजांवरील चित्रपट काढीत असताना खुद्द बाबाच नव्हे, तर सारा प्रभाकर स्टुडिओ त्या एका धुंदीत भान विसरून जात असे. कुणाच्याही मनात मी डायरेक्टर, मी लेखक, मी कलावंत अशा भावना नसत. जणू सारे छत्रपतींचे सेवक. असं वातावरण निर्माण करण्याची ताकद फक्त बाबांचीच!

बाबांनी अनेक चित्रपट निर्माण केले, पण ते कधी बाजारू नव्हते. समाजाला संस्कार देणारं माध्यम म्हणून त्यांनी चित्रपटाकडे पाहिलं. उथळ शृंगार, भडक गाणी यात बाबा कधीच रमले नाहीत. बाबांचं मन नेहमीच चैतन्यमय राहिलं. ते कधी बुरसटलं नाही. नवा चित्रपट जमाना ओळखून त्यांनी तेही आव्हान पेललं. 'साधी माणसं' यासारखा चित्रपट त्यांनी हाती घेतला. त्यात कलावंतांना मेकअप नाही. भव्य पार्श्वभूमीसाठी उभारणारे भव्य सेट्स नाहीत. साध्या कॅमेऱ्यानं बाबांनी तो चित्रपट काढला. त्यावेळी नुसते कलावंतच नव्हे, तर आमच्यासारखी अनेक माणसं मागे कुजबुजत होती,

"बाबांना आता तोल-मोल राहिलं नाही. ते नवं जग ओळखत नाहीत. ते नुकसानीत जाणार.''

बाबांच्या कानीसुद्धा या गोष्टी जात होत्या. पण ते आपल्या चित्रपटात गुंग होते. कथेतली गाणी ते लिहीत होते. लता मंगेशकरांच्या सोबतीनं ते चाली बसवीत होते. त्या चाली ना पारंपरिक होत्या, ना आधुनिक.

चित्रपट पुरा झाला आणि साऱ्यांना एकच धक्का बसला.

'साधी माणसं' एकाच वेळी सारी पारितोषिकं मिळवून बसली होती.

हे कर्तृत्व बाबांचंच!

मी अनेक चित्रपट-निर्मात्यांचे स्टुडिओ पाहिले. पण कोल्हापुरातील 'प्रभाकर स्टुडिओ' त्या सर्वांहून भिन्न. रेसकोर्सजवळून या स्टुडिओत प्रवेश केला, की तिथलं वातावरण मनाला एक वेगळीच जाणीव करून द्यायचं. सर्वत्र शांत वातावरण. अभ्यागतांचं स्वागत करण्यासाठी सज्ज असलेली खोली. 'कामाव्यतिरिक्त जास्त वेळ घेऊ नका', 'शांतता पाळा', 'स्वच्छता राखा' असे फलक नजरेसमोर असत. 'दहा मिनिटांच्या आत भेट झाली नाही, तर परत चौकशी करावी' हीही सूचना तिथं असायची.

बाबांचा दैनंदिन कार्यक्रम आजतागायत अत्यंत रेखीव. त्यात बदल घडणार नाही. ते पहाटे उठतात. नंतर व्यायाम, चिंतन, न्याहरी आणि नंतर 'सार्वजनिक बाबा' आपल्या क्षेत्रात उतरतात. स्टुडिओतल्या मारुतीच्या देवळासमोर सर्व कलावंतांसह प्रार्थना कधी चुकत नसे. नेहमी इतरांबरोबर सहजपणे मिसळून जाणारे बाबा तालमीच्या वेळी मात्र 'जुन्या पंतोजी'ची आठवण करून देत. पूर्ण तालीम झाल्याखेरीज बाबा कधी चित्रीकरणाला उभे राहत नसत. तालमीच्या वेळी अभिनय सांगताना बाबा त्या पात्राशी एकरूप होऊन, त्या कलावंताला त्याचा अभिनय समजावून देत असत. त्यावेळी ती बाबांची नानाविध रूपं पाहून थक्क होऊन जायला होई.

या कारकीर्दीत अनेक मोठी माणसं पहायला मिळाली. मा. विठ्ठल, बाबूराव पेंटर, बाबा गजबर, बाबूराव पेंढारकर, वसंतराव पैलवान, ले.ज. थोरात, सुलोचनाबाई, सोहराब मोदी, पृथ्वीराज... किती म्हणून नावं घ्यावीत! ही सारी माणसं मला आदर्श वाटली. त्यांच्याशी चार शब्द बोलायला, दुरून जरी त्यांना पहायला मिळालं, तरी मन सुखावून जाई.

बाबांकडे अनेक मोठी माणसं सदैव भेटायला येत. त्यात बाळासाहेब देवरस, यशवंतराव चव्हाण, माळगावकर, विश्राम बेडेकर, चिंतामणराव कोल्हटकर, बालगंधर्व, नानासाहेब फाटक, सुमती गुप्ते अशी नानाविध क्षेत्रांतील, नानाविध प्रवृत्तींची माणसं बाबांच्या सहवासात दिसत.

मोठ्यांच्या बरोबरच बाबा रमतात, असं थोडंच आहे? त्यांचं खरं मोकळेपणाचं रूप बघायचं असेल, तर ते विश्राम बेडेकरांच्या बरोबर बघावं! एकेरी शब्दात त्यांची

चाललेली जुगलबंदी ऐकणं हे राजापूरची गंगा अवतरण्याइतकं पवित्र भासतं. पण हाच कलावंत रवींद्र मेस्त्रीसारख्या कलावंताबरोबर जेव्हा बोलतो, तेव्हा त्याच्या मनातला खोडकरपणा, व्रात्यपणा सारं उफाळून आलेलं असतं. एवढं निर्भेळ, स्वच्छ, पारदर्शक आयुष्य सामोरं मांडण्याचं सामर्थ्य कुणाला?

आम्ही कलावंत कलेच्या कोषामध्ये नेहमीच गुरफटलेले. तो कोष जपण्याची आम्ही फार काळजी घेतो. पण एकदा तो कीर्तीचा कोष आमच्याभोवती गुंफला, की त्यातून बाहेर पडण्याचं धारिष्ट आम्हाला नसतं. अनेक मोठे दिग्दर्शक आहेत; पण ते आपल्या कोषामध्ये बद्ध आहेत. बाबा कधीच कुठल्या कोषामध्ये बद्ध झाले नाहीत. हा त्यांचा मोठेपणा उठून दिसला, तर नवल कसलं!

देशात जनता पार्टी आली आणि एके दिवशी सकाळी स्टुडिओत गाड्यांचा ताफा घुसला. त्यावेळी अटलबिहारी वाजपेयी केंद्रीय मंत्री होते. गाड्या आल्या, तेव्हा बाबा आपल्या दैनंदिन कार्यक्रमानुसार वाळूवरून फेऱ्या मारीत होते. त्याच वेळी सेवक धावला. तो बोलण्याआधीच बाबांनी विचारलं.

"अरे, कसला हा गोंधळ? गाड्या आत कशा आल्या?"

सेवक म्हणाला,

"अटलबिहारी वाजपेयी आले आहेत."

-आणि त्याच वेळी अटलबिहारी आत आले.

स्थूल देहाचे, चेहऱ्यावर सदैव हास्य असलेले अटलबिहारी बाबांच्या सामोरे आले. त्यांनी बाबांना चरणस्पर्श करून वंदन केलं.

बाबा म्हणाले,

"अटलजी, तुम्ही येणार, ते आधी का कळवलं नाही?"

अटलबिहारी हसून म्हणाले,

"मी अटलजी नाही, तुमचा अटलच आहे."

-आणि दोघेही एकमेकांचा हात धरून हसत आत गेले.

दोघे त्या खोलीत तासभर होते. काय बोलत होते, कोण जाणे!

कदाचित त्यावेळी देशभक्त राजगुरूंची आठवण निघाली असेल का?

राजगुरू आणि बाबा अत्यंत जवळचे.

बाबांनी एकदा मला त्यांची आठवण सांगितली...

राजगुरूंना एकदा बाबांनी विचारलं,

"तू हे करतोस, तुला मरणाची भीती वाटत नाही का?"

तेव्हा राजगुरूंनी उत्तर दिलं.

''भीती! या देशासाठी, याच्या स्वातंत्र्यासाठी मी तर त्या मृत्यूची वाट पाहात आहे.''

बाबांची मते सर्वांना माहीत आहेत. असं असतानाही नानाविध क्षेत्रांतील मान्यवर माणसं कोल्हापूरला आली, की बाबांना भेटायला का जातात?

बाबा आमटे एकदा कोल्हापूरला आले होते. ते बाबांना भेटायला गेले. बाबा आमटेंची शारीरिक परिस्थिती तितकीशी चांगली नव्हती.
बाबा म्हणाले,
''तुम्ही इथवर येण्याचे श्रम कशाला घेतलेत? तुमची गरज समाजाला आहे. तुम्ही तुमची प्रकृती सांभाळायला हवी.''
बाबा आमटे म्हणाले,
''तुम्हाला भेटलो नसतो, तर मला कोल्हापूरला आल्यासारखं वाटलं नसतं.''
रात्री रेल्वे प्लॅटफॉर्मवर उभी होती आणि तेथे बाबा सहायकाचा हात धरून प्रवेश करते झाले. ज्या डब्यात बाबा आमटे होते, तिथं ते गेले.
बाबा आमटे तशाही परिस्थितीत उठले. बाबांची दृष्टी अधू. बाबा आमटे खाली उतरलेले पाहताच ते म्हणाले,
''बाबा, तुम्ही खाली कशाला उतरलात?''
बाबा आमटे हसून म्हणाले,
''तेच विचारतो, तुम्ही आलात कशाला?''
बाबांनी उत्तर दिलं,
''तुम्ही अपंग, तेवढाच मीही अपंग. दोन रुग्णाईत एकमेकांना भेटले, म्हणून काय बिघडलं?''
हे म्हणण्याचं धारिष्ट बाबांचंच!

कै. शहाजी छत्रपतींचा आणि बाबांचा अत्यंत स्नेह. ज्या वेळेला बेळगावला मराठी लाईफ इन्फंट्रीच्या वतीनं शहाजी महाराजांचा सत्कार करण्यात आला, तेव्हा बाबा आपले सर्व कॅमेरे घेऊन त्या सोहळ्याचं चित्रीकरण करण्यास सज्ज होते.
शहाजी महाराज आणि बाबांचं नातं मित्रत्वाचं होतं. महाराज त्यांना नेहमी 'भालू' म्हणून संबोधत असत. कधी एकाकीपण जाणवलं, तर महाराज त्यांना वाड्यावर बोलावून घेत. दोघांचे प्रेम-संवाद चालत. कोल्हापूरच्या राजघराण्याचा इतिहास लिहिला जावा, हा विचार बाबांनीच महाराजांच्या मनात पेरला.
-आणि अचानक राधानगरीला महाराजांचा देहांत झाला. राजवाड्यासमोर

अंत्ययात्रा सिद्ध झाली. पालखी उचलली जाणार, तोवर बाबा तिथं पोहोचले. आयुष्यात कधीही डोळ्यांत पाणी न आणणारा हा पोलादी पुरुष त्यावेळी विरघळला होता...

पालखी खाली ठेवण्यात आली.

बाबांनी एकदा आपल्या सोबत्याकडे पाहिलं... त्यावेळी ते छत्रपती नव्हते... त्यांचा बालसोबती होता. त्याला अखेरचा निरोप देताना बाबांच्या डोळ्यांतून अश्रू निखळले होते. आयुष्यात अश्रू न ढाळणाऱ्या बाबांचं ते रूप त्याच वेळेला दिसत होतं.

त्यानंतर आपल्या जिवलग मित्रासाठी सबंध वर्षभर कोणताही सणवार साजरा न करणारे बाबा मी पाहिले. कोणत्याही नेत्यानं या गोष्टीचं पुष्कळ भांडवल केलं असतं. पण स्नेही-सोबती, सुहृद यांचा कप्पा बाबांनी सदैव आपल्या जीवनातून वेगळा काढून ठेवला आहे.

त्यावेळी बागवे मंत्रिमंडळ कोल्हापुरात होतं. इंग्रजांची राजसत्ता भारतावर होती आणि आज जो शिवाजी चौक आहे, तिथं विल्सनसाहेबाचा संगमरवरी पुतळा होता.

एके रात्री त्या पुतळ्याला डांबर फासलं गेलं. पुतळ्याची मोडतोड झाली.

पुतळा हलवला गेला.

बाबांनी त्या जागेवर शिवाजी महाराजांचा पुतळा उभारण्याची कल्पना मांडली.

एका लहरीत बागवेंनी ते मान्यही केलं.

बाबा, बाबूराव पेंटर, जनरल थोरात सारे एकत्र झाले. काही सरकारी विरोध येण्याआधी शिवाजी महाराजांचा पुतळा उभा करायचा होता. बाबांनी ऐंशी हजार रुपयांची तरतूद केली होती. पण पुतळा त्वरित होणं गरजेचं होतं. बाबूराव पेंटर (त्यांना आम्ही 'आबा' म्हणत असू) यांनी शिवाजी महाराजांचा पूर्णाकृती उभा असलेला पुतळा साकार केला. त्या पुतळ्याचं सर्वांगीण सौष्ठव बाबा पाहत होते. त्यानंतर अवघ्या अकरा दिवसांत पुतळा ओतवला गेला. शिवाजी चौकात तो पुतळा उभारण्यात आला. किंतानाच्या पडद्याआड तीन महिने त्याचं पॉलिशिंग चालू होतं. जेव्हा छिन्नी-हातोड्याची करामत संपली आणि महाराजांचा तो पुतळा मानानं चौकात उभा राहिला, तेव्हा बाबांना तो क्षण केवढा धन्यतेचा वाटला असेल!

मला वाटतं, अकरा दिवसांत पुतळा उभा करणं हे कलेच्या प्रांगणातलं पहिलंच उदाहरण असेल!

अश्वारूढ पुतळे पुष्कळ आहेत; पण एकाकी उभ्या असलेल्या छत्रपतींचा पुतळा फक्त कोल्हापुरातच आहे.

स्वातंत्र्य मिळालं. देश स्वतंत्र झाला. वर्षं लोटली आणि एकदा कोल्हापुरात शिवाजी महाराजांचा अश्वारूढ पुतळा उभा करण्याची कल्पना निघाली. जागा

निवडली गेली, ती शिवाजी चौकाची. तो पुतळा हलवून तिथं भव्य शिवस्मारक व्हावं, अशी कल्पना पुढं आली.

ती मंडळी बाबांना भेटायला आली. बाबा शांतपणे म्हणाले,

''तुम्ही जरूर दुसरा पुतळा उभा करा. माझा त्याला विरोध नाही.''

आयुष्यात सोसणारी माणसं मी खूप पाहिली आहेत. पण बाबांसारखं सोशीक रूप मी आजवर पाहिलं नाही. उभं आयुष्य जे स्वप्न रंगवण्यात गेलं, त्या स्वप्नाचा चुराडा ध्यानी-मनी नसताना एका क्षणात झालेला बघताना दुसरा कुणीही माणूस असता, तर उभ्या जागी ढासळला असता. पण असं घडूनही, उघड्या डोळ्यांनी पाहणारे, शांत नजरेनं सोसणारे फक्त बाबाच!

अठ्ठेचाळीसचा काळ- मी आणि माझा मित्र उषा चित्रमंदिरात 'लेडी हॅमिल्टन' हा चित्रपट पाहून बाहेर पडलो. त्यावेळी 'पुढारी'चा खास अंक वाटला जात होता. महात्मा गांधींवर गोळ्या झाडण्यात आल्या होत्या.

सुन्न मनानं आम्ही घरी परतलो-

दुसऱ्या दिवशी कॉलेजवर शोकसभा घ्यायचं आम्ही मित्रांनी ठरवलं.

सकाळी नऊ वाजण्याच्या सुमारास मी आणि माझा मित्र यशवंत हडप सायकलवरून कॉलेजवर जायला निघालो. आम्ही राजाराम टॉकीजजवळ आलो आणि आमच्या सायकली थांबल्या. जोश्यांचा गादी कारखाना जळत होता. नजीकच पोलीस कचेरी होती. सारे शांतपणे ते दृश्य पाहत होते...

तिथूनच कोल्हापूरची जाळपोळ सुरू झाली.

कोल्हापुरात सतत आगीचे डोंब आणि धुराचे लोट आकाशात चढत होते.

मनातली शोकसभा केव्हाच आटली होती.

ते दृश्य बघत आम्ही दोघं फिरत होतो. वय लहान. काही बोलण्याचं किंवा थोपविण्याचं धैर्य आमच्या दोघांच्याही मध्ये नव्हतं. दहा-अकराचा सुमार असेल. कदाचित जास्तही. आम्ही स्टुडिओपाशी आलो. स्टुडिओतले सगळे कामगार बाहेर काढून स्टुडिओला आग लावण्यात येत होती.

त्याच वेळी उघड्या गाडीतून माधवराव बागल तेथे आले. त्यांचा कमरेचा पट्टा धरून मागे बराले बसले होते. माधवराव बागल आक्रोशून सांगत होते,

''हा स्टुडिओ जाळू नका. जाळणारच असाल, तर निदान छत्रपतींचा पुतळा बाहेर काढा...''

शिवाजी महाराजांचा पुतळा बाहेर काढण्यात आला आणि स्टुडिओला अग्निस्पर्श झाला.

मध्यान्हीचा सूर्यप्रकाशही फिका पडावा, एवढा दुसरा प्रकाश आसमंतात

पसरला होता.

ते दृश्य पाहणाऱ्या कलावंतांच्या डोळ्यांतल्या अश्रूंना बंध राहिला नव्हता. आग विझवण्यासाठी आलेले पाण्याचे बंब संतप्त जनसमुदायानं केव्हाच जागच्या जागी रिते केले होते. स्टुडिओत होणारे ते स्फोट, आकाशात भिरभिरत उडणारी ती पिपं, सारं पाहत आम्ही उभे होतो. गांधीवधाचा संताप आमच्याही मनात निश्चित होता. पण अहिंसेचा मंत्र सांगणाऱ्या त्या महात्म्याच्या जीवनाची सांगता अशा तऱ्हेनं व्हावी, याची खंत होती.

नशीब मोठं, की त्यावेळी बाबा तिथं नव्हते. त्याप्रसंगी त्यांनी काय केलं असतं, याची कल्पना आजही असह्य वाटते.

'प्रभाकर स्टुडिओ' अग्निभक्ष्य होत होता. स्टुडिओ तोच होता, की जिथं कलावंत एकत्र कुटुंबासारखे नांदले होते. सूनबाईनं कसं वागावं, सासुरवास कसा भोगावा, मित्राचं नातं काय असावं, हे साकारलं होतं. दान देणारा कर्ण याच जागेत उभा होता. वाल्मीकीनं तिथंच तपश्चर्या केली होती आणि शिवछत्रपती परस्त्रीच्या लज्जारक्षणार्थ तिथंच धर्मनिर्णय देत होते. ती वास्तू, ती जागा आज आंधळ्या प्रेमापोटी भस्मसात होत होती.

कोणत्याही माणसाच्या जीवनात हा धक्का सोसणं ही इतकी सोपी गोष्ट नव्हती.

बाबांना पन्हाळ्यावरून आजच्या साईक्स एक्स्टेंशनमधल्या पिवळ्या बंगल्यात आणवलं गेलं. मेजर घोरपडेंच्या संगतीनं सायंकाळी मी तिथं गेलो होतो. तिथं वरच्या मजल्यावर कुटुंबीय, मित्रमंडळी, स्नेही-सोबती गोळा झाले होते. सारे अश्रू ढाळत होते, हुंदक्यांचे आवाज फुटत होते. पण बाबा निश्चल मनानं बसून होते. मला फारसं आठवत नाही; पण बाबांचं एक वाक्य मात्र निश्चित आठवतं. ते आपल्या पत्नीला उद्देशून म्हणाले,

"रडतेस कशाला? स्टुडिओ जळला ना! ठीक आहे. ज्यांचा होता, त्यांनी जाळला. पोटापाण्याची चिंता नको. आपण कोळशाचा धंदा काढला, तर सहज वर्ष निभावून जाईल."

देव दाराशी आला

दुपारची वेळ होती. नुकताच मी झोपून उठलो होतो. वाड्यासमोर दोन गाड्या उभ्या राहिल्याचा आवाज आला. नोकरानं घाईघाईनं येऊन सांगितलं,

''कुणीतरी पाहुणे आले आहेत.''

मी कंटाळलो होतो. 'आले असतील कोणीतरी' मी मनातल्या मनात पुटपुटत उठलो. नोकराला सांगितलं-

''ठीक आहे. येतो मी.''

मी तोंड धुतलं. हॉलमध्ये आलो.

पाहतो, तो काय?

खुद्द तात्यासाहेब शिरवाडकरच हजर.

माझे गुरुतुल्य तात्यासाहेब अशा वेळी एकदम न सांगता-सवरता कसे काय आले! माझा तर विश्वासच बसत नव्हता. त्यांच्याशी काय बोलावं, कसं बोलावं, काहीच सुचत नव्हतं. या एवढ्या मोठ्या माणसाचे पाय अचानक माझ्या घरी लागावेत, हा माझ्या जीवनातला खरोखरच भाग्याचा क्षण होता.

त्यांनी अचानक असं का बरं येणं करावं?

मी मनाशी विचार करीत होतो.

खरं सांगतो. मी त्यावेळी खरोखरीच भांबावून गेलो होतो.

त्यांचं स्वागत कसं करू? त्यांच्या

स्वागतात आपण कुठं कमी तर पडणार नाही ना, असं उगीचच वाटत होतं.

मी मुलींना हाक मारली.

''अगं मधू, अगं पारू ऽऽ अगं, आपले तात्यासाहेब आलेत.''

मी आता थोडासा सावरलो होतो. मुलीही आता हॉलमध्ये आल्या होत्या. मी काहीतरी बोलण्याचा प्रयत्न करणार, इतक्यात तात्यासाहेबांनीच बोलायला सुरुवात केली.

''आलो होतो बेळगावला. एवढ्या जवळ आलो आहे, म्हटलं, भेटून जावं तुला.''

तात्यासाहेबांनी वाकडी वाट करून मला भेटायला यावं, असा मी कोण लागून गेलो होतो? तात्यासाहेब बेळगावला येणार आहेत, हे मला कळलं असतं, तर मीच त्यांना भेटायला बेळगावला गेलो असतो आणि सन्मानानं माझ्या कोवाडला घेऊन आलो असतो. पण...

तात्यासाहेब शांतपणे म्हणाले,

''रणजित, सध्या काय लिहितोस?''

त्यांच्याइतक्याच शांतपणे मी सांगितलं,

''सध्या मी काहीही लिहीत नाही.''

''चांगली गोष्ट आहे. काहीही लिहू नकोस. स्फूर्ती ही स्वयंस्फूर्तीच असायला हवी, रणजित. जेव्हा सुचेल, तेव्हा लिही. उगीच भरडण्यात काहीही अर्थ नसतो. आजपर्यंत असलं लेखन तू केलं नाहीस. पण यापुढंही करू नकोस.''

डोकं तापलं, की एरंडाचं पान डोक्यावर ठेवण्याची पूर्वापार पद्धत रूढ आहे. तात्यांच्या त्या मोजक्या, शांत, प्रसंगी धीरगंभीर शब्दांनी माझी अवस्था अशीच झाली होती.

तात्यासाहेबांच्या संभाषणानं तीच शीतलता मला लाभली.

मी म्हणालो,

''तात्या, ज्यावेळी मी काही लिहीत नाही, त्यावेळी चांगलं वाचन करतो.''

''वाच. जरूर वाच. पण तुझ्या मनोभूमिकेशी जुळेल, असंच वाच. प्रत्येकाची वेव्हलेंग्थ वेगळी असते. त्या वृत्ती-प्रवृत्तींशी जुळेल, असंच त्याचं लेखन-वाचन असायला हवं, असंच वाचन ठेव.''

ते बोलत होते. मी आणि माझ्या मुली प्रत्येक शब्द कानांत साठवत होतो.

आम्ही खरोखरीच भाग्यवान होतो. आमच्या भाग्याचा कुणीही हेवा करावा, असाच तो प्रसंग मला वाटला.

तात्या पुढं बोलत होते,

''अशी पुस्तकं ज्यावेळी वाचशील ना, त्याच वेळी तुला जीवनाचा अर्थ

कळेल. तुझ्या वाटेनं तू जा. लोक काय म्हणतील, याचा विचार करू नकोस. अशी वाटचाल जेव्हा तू करशील, त्यावेळी तुझ्या हाती निश्चित काहीतरी लागेल.''

तात्यांनी पुष्कळ गाणी ऐकवली.

पण एक गोष्ट मात्र माझ्या लक्षात आली होती. मी केलेल्या स्वागत-समारंभात ते समरस झालेले दिसून येत नव्हते. ते आपल्याच विचारात गढून गेले होते. या तंद्रीला विवेकाची बैठक होती. तात्या भाऊसाहेब खांडेकरांचे शिष्य आणि त्यांचा मी कंजूष शिष्य. देव दाराशी आला होता. आपण आगत-स्वागतात कमी पडत नाही ना, असं सारखं वाटत होतं. मला माझ्या अस्तित्वाची जाणीव झाली.

काहीतरी वेगळा विषय काढावा, म्हणून तात्यांना प्रिय असलेला कवितेचा विषय काढला. मी गप्पांच्या ओघात कवितेच्या संदर्भात अगदी बाळबोध प्रश्न विचारला-

''तात्या, कविता म्हणजे नेमकं काय? ती स्फुरते कशी?''

तात्यासाहेब म्हणाले,

''एखाद्या शांत डोहामध्ये आपण खडा टाकतो. लाटा उठतात. तरंग उठतात. त्या लाटा, ते तरंग, तो खडा पडतो ना, तिथं कविता असते. कथा असते. कादंबरीही असते. हे कधी तुमच्या लक्षात येत नाही. मग आपण हे आपल्या हातून असं घडलं तरी कसं, असं म्हणतो.''

सध्याच्या कवितेच्या उद्रेकाविषयी मी म्हणालो,

''तात्या, तुमच्या कवितेतही उद्रेक होता. आजच्या कवितेतही उद्रेक आहे. पण यात जमीन-अस्मानाचा फरक जाणवतो. हा उद्रेक केवळ राग व्यक्त करणारा वाटतो.''

तात्यासाहेब म्हणाले,

''रणजित, बरोबर आहे तुझं म्हणणं. पण खरं सांगू का, असा उद्रेक झाल्याशिवाय पृथ्वीही शांत होणार नाही. पृथ्वी शांत झाल्याशिवाय हा उद्रेक थांबणार नाही. एक ना एक दिवस ही पृथ्वी शांत होईल आणि उद्रेकही थांबेल. निश्चित थांबेल.''

मी ऐकत होतो.

भल्या मोठ्या हॉलमध्ये आता नीरव शांतता पसरली होती.

तात्यासाहेब म्हणाले,

''रणजित, मी बेळगावला जातो आहे. तू चल माझ्याबरोबर.''

''मला आता बेळगावला येणं कठीण आहे''

''ठीक आहे. मी समजलो. राहा. तू सुखात राहा. सांभाळून राहा. आयुष्यातल्या एकाकीपणाबद्दल कधी शोक करू नको. त्याचा दोषही कुणाला देऊ नकोस. एक गोष्ट लक्षात ठेव, रणजित, हा असा शोक असतो ना, तो कल्पित असतो. अशा कल्पित शोकामागं धावण्यात काहीही अर्थ नसतो. तूही असा धावू नकोस.''

-आणि एवढं बोलून तात्यासाहेब उठले.

जसे अचानक कोवाडला आले, तसेच ते निघूनही गेले.

मनात विचार येत होता- माणुसकीत जिव्हाळा जपणारा, असा कविमनाचा माणूस आपुल्या आयुष्यात आला. खरंच, मी भाग्यवान आहे! अशी मोठमोठी माणसं मला मिळाली.

खरंच, मी भाग्यवान आहे!

राजे देशमुख

रा. ज. देशमुख आणि माझा परिचय फार जुन्या काळी झाला. त्यावेळी मी 'बारी' कादंबरी लिहीत होतो. मला भाऊसाहेब खांडेकरांनी सांगितलं,

"ही कादंबरी देशमुखांकडेच गेली पाहिजे."

भाऊंच्या सांगण्यावरून मी जंताळे धर्मशाळेत माझे बूट वाजवीत गेलो. त्यावेळी रा. ज. देशमुख यांचं प्रथमदर्शन मला झालं.

ते मला म्हणाले,

"भाऊसाहेबांच्या शब्दासाठी मी तुमची कादंबरी स्वीकारत नाही. पण मी तुमची 'मरण' ही कथा वाचलेली आहे. तिचा जो लेखक आहे, त्याच्याबद्दल मला आदर वाटतो. म्हणून मी तुमची कादंबरी स्वीकारीत आहे."

त्यानंतर भाऊसाहेब आणि माझी भेट झाली. मी भाऊंना सांगितलं-

"'बारी' देशमुखांनी स्वीकारली."

भाऊ म्हणाले,

"तुम्ही मला पुत्रवत आहा, तसेच तेही मला पुत्रवत आहेत."

'बारी'पाठोपाठ 'माझा गाव' देशमुख आणि कंपनीनं प्रकाशित केली. पण या दोन्ही कादंबऱ्या त्या काळी लोकमान्यता मिळवू शकल्या नाहीत. त्यानंतर मी 'स्वामी' हाती घेतली. त्यावेळी 'रणजित देसाई'ना कोणी कादंबरीकार म्हणून ओळखत नव्हतं.

ऐतिहासिक संदर्भ पाहण्यासाठी मी भारत इतिहास संशोधक मंडळात जात होतो. त्यावेळी मला सांगण्यात आलं,

''तुम्ही जर भारत इतिहास संशोधक मंडळाचे सभासद नसाल, तर तुम्हाला इथं येता येणार नाही.''

मी ही अडचण देशमुखांना सांगितली. त्यांनी ताबडतोब अडीचशे रुपये भरून मला या मंडळाचं आजीव सभासदत्व दिलं आणि माझी अडचण दूर केली.

'स्वामी' लिहायला घेतली आणि माधवराव पेशवे जिथं-जिथं गेले होते, त्या सर्व स्थळांना त्यांच्या गाडीनं भेटी देऊ लागलो.

'स्वामी' पूर्ण झाली. देशमुखांनी ती प्रकाशित केली. पण वृत्तपत्रांनी तिची दखल घेतली नाही. मी काळजीत होतो. देशमुख मला म्हणाले,

''रणजितभाऊ, 'स्वामी'वर परीक्षण आलं नसेल; पण तुझं पुस्तक खपतंय.''

देशमुख जसे प्रकाशक होते, तसेच उदंड प्रेम करणारे होते.

पुढं 'स्वामी'ला राज्य पारितोषिक मिळालं. अकादमी ॲवॉर्डही मिळालं. त्या आनंदात असताना देशमुख मला म्हणाले,

''रणजितभाऊ, लेखक वाचकावर जगत असतो. त्याला मान-सन्मानाची गरज नसते.''

आज देशमुखकाका गेल्यानंतर पुष्कळ आठवणी मनात दाटून येतात. त्यांचा उद्धटपणा, सडेतोडपणा याचीही आठवण येते. अशाच आठवणींपैकी एक आठवण...

असाच एकदा देशमुख आणि कंपनीच्या ऑफिसमध्ये बसलो होतो. देशमुखकाकांच्या आणि माझ्या गप्पा चालल्या होत्या. त्या गप्पांमध्ये एक मोठे लेखकही होते. गप्पा मारता-मारता ते लेखक देशमुखांना म्हणाले,

''भाऊसाहेब खांडेकरांच्या कादंबऱ्या अत्यंत सामान्य आहेत.''

बोलणारे लेखक हेही 'देशमुख आणि कंपनी'चेच एक थोर लेखक; पण त्यांच्या त्या बोलण्यावर देशमुख त्या लेखकांना म्हणाले,

''माझ्या लेखकांबद्दल कुणी अनुचित उद्गार काढले, तर त्याला या घरात थारा मिळणार नाही.''

पण त्या लेखकांनी देशमुखांच्या त्या सूचनेकडे दुर्लक्ष करून पुन्हा आपलं

मत प्रकट केलं-

"कल्पनेमध्ये वावरणारा हा साहित्यिक तुम्हाला परवडतो कसा?"

देशमुख काही बोलले नाहीत. दाराशी चहा घेऊन आलेल्या नोकराला त्यांनी सांगितलं-

"चहा आत घेऊन जा." आणि त्या लेखकाकडे वळून ते म्हणाले, "मी तुम्हाला एकदा सांगितलं होतं, की माझ्या घरामध्ये माझ्या लेखकांचा उपमर्द केलेला मला सहन होत नाही. आपण आता उठलात, तर बरं होईल."

-आणि देशमुखांच्या डोळ्यांतला भाव बघून ते लेखक चटकन उठले.

तो सारा प्रकार माझ्या डोळ्यांदेखत घडत होता.

ते लेखक आणि भाऊसाहेब खांडेकर दोन्हीही मला गुरुस्थानी होते. पण आपल्या प्रकाशनाशी निष्ठा बाळगणारा हा माणूस मला फार वेगळा वाटला.

झाल्या प्रकाराबद्दल मला काहीच बोलता आलं नाही.

रा. ज. देशमुखांनी आपलं पूर्वायुष्य मला अनेकदा सांगितलं. केव्हा ते कोळशाचा धंदा करीत होते. केव्हा ते सिगारेट विकत होते. हे कष्ट करीत असताना एक दिवस ते भाऊसाहेबांकडे गेले आणि भाऊसाहेबांना त्यांनी सांगितलं,

"भाऊ, मला प्रकाशनाचा धंदा करायचा आहे."

भाऊंच्या हाती पुष्कळ मोठे प्रकाशक होते. पण त्या मुलाला त्यांनी आपला मुलगा मानला आणि त्याला आपला एक कथा-संग्रह दिला. रा. ज. देशमुख प्रकाशक बनले.

मी त्यांच्या तोंडूनच ऐकलेली ही हकिकत आहे.

रा. ज. देशमुख हे नाव तितकंसं खरं नाही. ते राजे देशमुख होते; हे मान्य करावं लागेल. ते राजेश्वैर्य त्यांच्या घरी मी भोगलं आहे. राजकृपा काय असते, हेही मला त्या ठिकाणी जाणवलं आहे.

जेव्हा मी 'श्रीमान योगी' लिहीत होतो तेव्हा (कै.) बाळासाहेब देसाई गृहमंत्री होते. त्यावेळी जशी राजसत्ता माझ्या पाठीशी होती, तशीच प्रकाशकाची सत्ताही माझ्या पाठीशी होती. हे सांगताना मला कुठलाही कमीपणा वाटत नाही. मला श्रीशैल पहायची इच्छा होती- जिथं शिवाजी महाराजांनी आत्महत्येचा विचार केला होता. माझी इच्छा मी देशमुखांना बोलून दाखवली आणि देशमुखांनी आपली गाडी देऊन मला श्रीशैलला पाठवलं. रा. ज. देशमुख व्यवहारामध्ये फार उदार होते, अशातला भाग नाही. त्यांनी सर्व खर्च माझ्या हिशेबी लिहिला होता. पण 'श्रीमान योगी'साठी जो चाळीस हजारांचा खर्च झाला, तो त्यांनी प्रथम सोसला. नंतर तो त्यांनी माझ्याकडून वसूल केला असेलही; पण तो

प्रश्न वेगळा.

आज अनिल मेहतासारखे माझे प्रकाशक म्हणतात की,

''रा. ज. देशमुखांसारखा प्रकाशक झाला नाही. त्यांनी काढलेल्या सुंदर पुस्तकांसारखी पुस्तकं काढणं आज फार थोड्या प्रकाशकांना शक्य आहे.''

यासंदर्भात एक आठवण येते. माझी 'माझा गाव' कादंबरी छापून तयार झाली. त्या पुस्तकाचे बाईंडर बाळासाहेब शिंदे 'देशमुख आणि कंपनी'त आले. 'माझा गाव'ची बाईंड केलेली प्रत दाखवण्यासाठी ते आले होते.

देशमुखांनी ती प्रत खाली-वर पाहिली. दुसऱ्याच क्षणी ते पुस्तक त्यांनी गच्चीवरून खाली फेकून दिलं.

निर्विकारपणे त्यांनी बाळासाहेबांना सांगितलं,

''खाली जाऊन ते पुस्तक आणा.''

बाळासाहेबही त्याच स्वाभिमानानं खाली गेले आणि देशमुखांनी खाली फेकलेलं पुस्तक घेऊन ते परत वरती आले.

देशमुखांनी ते पुस्तक न्याहाळलं. त्या पुस्तकातील एकही पान फाटलं नव्हतं किंवा बाईंडिंग सुटलं नव्हतं.

देशमुखांनी समाधानाने बाळासाहेबांकडे पाहिले. त्यांना म्हणाले,

''बाळासाहेब, तुम्ही मोठे बाईंडर व्हाल. पण हीच निष्ठा बाळगा. यापुढं देशमुख कंपनीची सारी पुस्तकं तुम्हालाच दिली जातील.''

देशमुख हे थोर प्रकाशक होते. सर्व गोष्टींकडे ते अत्यंत कटाक्षानं पाहत. मी त्यांना एकदा प्रश्न केला-

''काका, तुम्ही स्वतःचा प्रेस का काढीत नाही?''

देशमुखांनी मला एवढंच सांगितलं.

''प्रकाशकांनी स्वतःचा प्रेस काढू नये.''

तो प्रश्न त्यावेळी तेवढ्यावरच थांबला.

माझ्या 'राधेय' कादंबरीची लाटकर प्रेसमध्ये छपाई चालू होती. मी देशमुखांच्या बरोबर प्रेसमध्ये सहज गेलो होतो. देशमुख झालेले फॉर्म बघत होते. एक फॉर्म थोडासा तिरका झाला होता. त्या फॉर्मची कटाई झाली असती, तर पुस्तकामध्ये तो फॉर्म विचित्र बसला असता. लाटकर आणि देशमुख अत्यंत स्नेही. लाटकरांच्या खांद्यावर हात ठेवत देशमुख त्यांना म्हणाले,

"हा फॉर्म रद्द करा आणि दुसरा छापा. मला हा फॉर्म चालणार नाही."

-आणि एवढं बोलून देशमुख वळले. आम्ही गाडीत येऊन बसलो.

काका मला म्हणाले,

"रणजित, कळलं का तुला, मी प्रेस का काढीत नाही, ते? माझा स्वत:चा प्रेस असता आणि अशी चूक झाली असती, तर तो फॉर्म रद्द करा, म्हणून सांगितलं नसतं. तिथं तो खर्च मला सोसायची भावना झाली नसती. पुस्तकात तो फॉर्म तसाच बसला असता. तिथं देशमुख आणि कंपनीची मिजास राहिली नसती. प्रकाशक हा प्रकाशकच राहिला पाहिजे. त्यानं प्रेसवाला बनता कामा नये आणि हे घडलं, तर त्या पुस्तकाची जी प्रत असेल, ती राहणार नाही."

लेखक आणि प्रकाशकाच्या नात्याबरोबर देशमुखांनी जिव्हाळ्याची नातीही जोडली. तो काकांचा जिव्हाळा माझ्याही वाट्याला आला होता.

माझा दुसरा विवाह झाला. त्या आधी दोन वर्षं काका माझी पाठराखण करीत होते. आज आमचा संसार, जो सुरळीत चालला आहे, त्यात निम्मा वाटा काकांचा आहे, हे मी नाकारू शकत नाही. त्याचं कारण असं, की मी ज्यावेळी द्वितीय विवाह करायचं ठरविलं, त्यावेळी सर्व सहानुभूतीनिशी काका माझ्या पाठीशी होते. त्यांनी मला सर्वतोपरी साहाय्य केलं. त्यावेळी माझ्या पाठीशी उभं राहणारं कोणीही नव्हतं. ते देशमुखकाकांनी केलं, याचा मला प्रामाणिकपणे उल्लेख केला पाहिजे.

नंतर मी भाऊसाहेब खांडेकरांचा एकमेव विश्वस्त ठरलो. अर्थात ती सर्व जबाबदारी माझ्यावर आली. त्यावेळी माझी सर्व पुस्तकं काकांनी केव्हाच मोकळी केली होती. पण एका व्यक्तीच्या विश्वस्तपणाची जबाबदारी स्वीकारल्यानंतर पुष्कळ अडचणी आल्या. त्यावेळी मी त्यांच्याशी समझोता करू शकलो नाही.

त्यांच्या आजारपणात मी त्यांना भेटण्यासाठी गेलो होतो. मी त्यांना ही अडचण सांगितली. त्याबद्दल आमच्या वाटाघाटीही चालू होत्या. अखेरच्या क्षणापर्यंत त्यांच्या मनात माझ्याबद्दल द्वेष नव्हता. हे मला त्यांच्या अखेरच्या भेटीत कळलं.

हा माणूस फक्त दोन इयत्ता शिकलेला होता. पण त्याची जिद्द केवढी मोठी! हेमिंग्वेचं 'ओल्ड मॅन ॲण्ड द सी'ची कथा मी एकदा त्यांना सांगितली होती. त्यांनी त्या पुस्तकाचा अनुवाद करण्याचं ठरवलं. त्यासाठी पत्रव्यवहार सुरू होता आणि एके दिवशी मला कोवाडला तार आली. 'लवकर निघून या.' मी ताबडतोब पुण्याला गेलो.

काका मला म्हणाले,

"रणजित, अत्यंत आनंदाची बातमी आहे. मला 'ओल्ड मॅन ॲण्ड द सी'चे अनुवादाचे हक्क मिळाले आहेत."

जवळच सुलोचनावहिनी बसल्या होत्या. त्या म्हणाल्या,

"हे देशमुख आणि कंपनीचं फार मोठं यश आहे."

मी त्यांना विचारलं,

"पण हे भाषांतर करणार कोण?"

काका म्हणाले,

"हे भाषांतर करू शकेल, असा एकच माणूस मला दिसतो."

"कोण?" मी विचारलं.

"पु.ल. देशपांडे" काका म्हणाले.

"अगदी बरोबर." मी म्हणालो.

पु.लं. नी ती जबाबदारी स्वीकारली. त्यासाठी मं. वि. राजाध्यक्ष, विजया राजाध्यक्ष यांच्यासारख्या स्नेह्यांना भेटले.

भाषांतर चालू होतं. या रूपांतराला कालावधी खूप लागला. पण देशमुखांचा एक स्वभाव होता. एखाद्या माणसानं एखादं कार्य हाती घेतलं, तर त्याला कालावधीचं बंधन नव्हतं. पण जेव्हा ती कलाकृती पूर्ण होईल, तेव्हा ती देशमुख आणि कंपनीची 'मिजास' असली पाहिजे, हा त्यांचा आग्रह होता.

'एका कोळियाने' हे पुस्तक प्रसिद्ध झाले.

त्याचं पुण्यामध्ये जाहीर वाचनही झालं. हे पुस्तक इतकं देखणं, मूळ पुस्तकातल्या सर्व चित्रकृती त्यात प्रकट झालेल्या, शब्दानुरूप मूळ पुस्तकाशी साधर्म्य बाळगणारं ते पुस्तक देशमुख प्रसिद्ध करीत होते. त्याचा आनंद सर्वांनाच होता, पण रा. ज. देशमुखांच्या चेहऱ्यावर अभिमान फार वेगळा होता. 'हे मी केलं, दुसरं कोणी करू शकणार नाही' ही गर्वोक्ती त्यांच्या चेहऱ्यावर विलसत होती.

किती आठवणी आळवाव्यात?

मी 'श्रीमान योगी' पूर्ण केलं. त्याचा प्रकाशन-समारंभ मुंबईत रंगभवनात झाला. पण त्या समारंभावर राजेसाहेब खूश नव्हते. त्यांची एक लहर आली आणि त्यांनी मला सांगितलं.

"तीन दिवस पुण्यात बालगंधर्व मंदिरात तीन व्याख्यानं तू दिली पाहिजेस."

एका विषयावर तीन दिवस आमंत्रितांसमोर बोलणं ही इतकी सोपी गोष्ट नव्हती. पण काकांच्या प्रेमापोटी मला ते मान्य करावं लागलं.

बोलूनचालून 'राजे'च ते!

त्यांच्या हौसेला आणि मिजाशीला प्रत्युत्तर राहिलं नव्हतं. दररोज ते बालगंधर्व

मंदिर पुष्पमालांनी सजवलं जाई. पुण्यातली नामांकित मंडळी आमंत्रित होती. पण अट एकच. ठीक सहा वाजता बालगंधर्व मंदिराचं प्रवेशद्वार बंद होईल. त्या आधी हजर राहणं आवश्यक.

तीन दिवस मी शिवचरित्रावर भाषणं दिली. माझ्या भाषणांमुळं नव्हे, पण राजांच्या शिस्तीमुळं ती खूप गाजली.

आज राजे गेले आहेत. असंख्य आठवणी माझ्या मनात रेंगाळत आहेत. त्यात कटुता नाही. त्या आठवणी मनाला धीर देणाऱ्या. सामर्थ्यानं पुढं नेणाऱ्या आहेत. आता आठवणीच तेवढ्या राहिल्या आहेत- ज्यांच्यावर मी जगायचं, ज्यांच्यावर मी पुढं जायचं...

भुलाये न बने!

ग. दि. माडगूळकर आणि सी. रामचंद्र हे अत्यंत निकटचे स्नेही. गीत-रामायणानंतर सी. रामचंद्र यांच्या आग्रहास्तव माडगूळकरांनी 'गीत गोपाल' लिहिलं. ही गीतं लिहून झाल्यावर अण्णा (सी. रामचंद्र) त्या गीतांना चाली लावीत होते.

एकदा मी अण्णांच्या पुण्यातल्या बंगल्यावर गेलो असता अण्णा त्रस्तपणे बागेत फिरताना दिसले. एरव्ही मला पाहताच 'या रणजितभाऊ' म्हणून प्रेमानं हाक देणारे अण्णा माझ्याकडे न पाहता येरझाऱ्या घालीत होते.

माझं ते रूक्ष स्वागत पाहून साहजिकच मी नाराज झालो.

तेवढ्यात त्यांच्या सौभाग्यवती शांताबाई बाहेर आल्या आणि मला बंगल्यात येण्याबद्दल खुणावलं.

बंगल्यात येताच मी वहिनींना विचारलं-
''काय झालं?''

''अजून काही झालं नाही आणि ते होत नाही; म्हणून असं फिरणं चालू आहे.'' वहिनी हसून पुढं म्हणाल्या. ''गीत गोपाल बसवणं चालू आहे.''

वहिनी आणि मी गप्पा मारीत बसलो.

अर्ध्या-पाऊण तासानं अण्णा झपाटल्यासारखा घरात शिरला. आत येताच मला म्हणाला,

"रणजितभाऊ, चल, वर जाऊ."

अण्णांच्या पाठोपाठ मी वरच्या मजल्यावर गेलो.

अण्णानं हार्मोनियम हातात घेतला. एका वेगळ्या तंद्रीत असलेला अण्णा पेटी वाजवत होता आणि गीत गोपालमधलं गीत गुणगुणत होता. गीताला सूर कसे लागतात, हे मी पाहत होतो. साऱ्या जगाचं भान विसरून अण्णा आपल्या मनातल्या सुरांत रंगला होता.

याच 'गीत गोपाल'च्या कार्यक्रमासाठी अण्णा कोल्हापूरला आला होता. आम्ही दोघं टूरिस्ट हॉटेलमध्ये उतरलो होतो.

केशवराव भोसले नाट्यगृहातील 'गीत गोपाल'चा कार्यक्रम आटोपून आम्ही हॉटेलवर आलो. आमच्या खोलीसमोर एक दहा-बारा वर्षांचा मुलगा उभा होता.

अण्णानं तो कोण, कुठला, कशासाठी आलाय याची चौकशी केली. त्याच्या सांगण्यावरून तो मुलगा गरीब होता आणि त्याला शिक्षणासाठी मदत हवी होती.

तो सांगत होता आणि अण्णा ती हकिकत लक्षपूर्वक ऐकत होता.

अण्णानं त्याचं नाव, पत्ता लिहून घेतला आणि एकदम म्हणाला,

"सॉरी, मी तुला काही मदत करू शकत नाही."

- आणि अण्णा तडक खोलीत गेला.

अण्णाच्या या वर्तनानं मी चकित झालो होतो. मी माझ्या खिशातून पाच रुपये काढून त्या मुलाच्या हातावर ठेवले आणि त्याला वाटेला लावलं.

मी खोलीत गेलो. मनात अण्णाच्या वागण्याचा राग होताच.

अण्णानं ते ओळखून विचारलं-

"काय रणजितभाऊ, रागावलास काय?"

यावर मी खिन्नपणे हसलो आणि म्हणालो,

"अण्णा, तुला त्या मुलाला काहीच द्यायचं नव्हतं, तर फुकट फौजदारी कशाला केलीस?"

"तू पाच रुपये दिलेले मी पाहिले. झालं तर! तू दिलेस काय आणि मी दिले काय! सारखंच!"

- आणि बोलता बोलता अण्णा गंभीर झाला. पुढं म्हणाला,

"हे बघ, रणजितभाऊ, मीही गरिबीतूनच वर आलोय. आजच्या श्रीमंतीपेक्षा मी भोगलेल्या दारिद्र्याची जाणीव मला अधिक आहे."

मी हसलो. म्हणालो,

"आणि म्हणून त्या मुलाची तू ही कदर केलीस?"

त्याच्या नेहमीच्या पद्धतीनं हात हालवीत अण्णा म्हणाला,

"रणजितभाऊ, मी केली, ती फुकट फौजदारी नव्हती. त्या मुलाचं नाव, पत्ता मी लिहून घेतला आहे. त्यानं सांगितलेलं खरं असेल, तर मला त्याच्यासाठी जे करता येईल, ते मी करणार आहे. तुला कळवळा येऊन तू पाच रुपये देऊन टाकलेस. हे पैसे हॉटेलात जाणार आहेत, का विड्या फुंकण्यासाठी खर्च होणार आहेत, हे कुणी सांगावं! मदत जरूर करावी, पण डोळसपणे!"

अण्णा बोलला, ते खरंच होतं. त्या दिवशी तो विषय तिथंच संपला.

दुसरे दिवशी अण्णा खरोखरच त्या मुलानं दिलेल्या पत्त्यावर गेला. त्या मुलानं सांगितलेली हकिकत खरी आहे, याची खात्री करून घेतली आणि नंतर दोन वर्षे अण्णा त्या मुलाला न चुकता, कुठंही वाच्यता न करता मदत पाठवीत होता.

मैफलीत 'अमुक' गाणं म्हणा, अशी कुणी फर्माईश केलेली अण्णाला आवडत नसे. संगीताच्या बाबतीत त्याच्या मर्यादा फार कठोर होत्या.

अगदी अलीकडील गोष्ट. अण्णा आणि मी लंडनला महिनाभर एकत्र होतो.

एकदा लंडनला एका मित्राच्या घरी आम्ही जमलो होतो. तिथं अण्णाही आला होता.

कुणीतरी मला सुचवलं. अण्णांना गाणं म्हणायला सांगा.

मी अण्णाला म्हणालो,

"अण्णा, पेटी काढ."

अण्णानं ते ऐकलं आणि गंभीर होत म्हणाला.

"सॉरी रणजितभाऊ! असल्या गोष्टी मी करीत नसतो."

मग मीही आग्रह केला नाही. पण त्यावेळी मला सर्कसवाले छत्रे यांची एक हकिकत आठवली. छत्र्यांसोबत एक खाँसाहेब असत. ते असेच लहरी आणि मिजासखोर होते. छत्र्यांच्या विनंतीवरून ते कधीच गायचे नाहीत. मग छत्रे स्वत:च गायचे. ते गाणं ऐकलं की, खाँसाहेब अस्वस्थ होऊन, छत्र्यांना मधेच थांबवून, स्वत: तानपुरा घेऊन गायला बसायचे...

तोच प्रयोग मी तिथं त्यावेळी केला.

मी गाऊ लागलो. अण्णा क्षणाक्षणाला वैतागत होता. कपाळावर हात मारून घेत होता. सारे हसत होते. शेवटी माझ्या अपेक्षेप्रमाणे घडलं. न राहवून अण्णा ताडदिशी खुर्चीवरून उठला आणि त्या खाँसाहेबासारखं मला थांबवत म्हणाला,

"रणजितभाऊ, बस्स झालं! तुम्ही लिहा; पण गाऊ नका."

-आणि पेटी समोर ओढून घेऊन अण्णानं गायला सुरुवात केली. त्याची चित्रपटातील काही गाजलेली गाणी, भजनं त्यानं अशी काही तल्लीन होऊन म्हटली, की आपसूक जमून आलेली मैफल सदैव स्मरणात राहावी!

अण्णाची संगीताची ही मिजास मात्र मुलांच्या सहवासात लोप पावत असे.

माझ्या कोवाड गावी जेव्हा अण्णा येई, तेव्हा माझी धाकटी मुलगी त्याच्यावर फारच अधिकार गाजवी. मैफलीत कुणी फर्माईश केल्यावर चिडणारा अण्णा माझी मुलगी सांगेल, ते गाणं निमूटपणे म्हणत असे. मग ते 'शहनाई' मधील 'आना मेरी जान, मेरी जान, संडे के संडे' असो किंवा 'अलबेला'तलं 'शाम ढले खिडकीतले' असो, तिला आवडणारी गाणी हवी तितकी आणि हवी तितक्या वेळा ती त्याच्याकडून म्हणवून घ्यायची.

-आणि हा संगीत-कार्यक्रम बसून होत नसे. अण्णा माझ्या छोटीबरोबर गात गात जोडीला नाचतही असे.

तो त्यांचा धुमाकूळ पाहताना माझ्या डोळ्यांत आनंदाश्रू उभे राहत.

ही माझी मुलगी थोडी-बहुत माऊथ ऑर्गनही वाजवते. तो ती अण्णाला वाजवून दाखवी. अण्णाही ते कौतुकानं ऐकत असे. माझ्या गाण्यावर रागावून बंदी घालणारा अण्णा माझ्या मुलीचं ते ऑर्गन-वादन कसं सहन करीत होता, देव जाणे!

लंडनच्या मुक्कामात महाराष्ट्र मंडळात अण्णाचा कार्यक्रम ठरला होता. मी अध्यक्षस्थानी होतो. लंडन व लंडनच्या आसपासचे रसिकजन यांची हॉलमध्ये गर्दी झालेली होती. मला आजही आठवतं...

भगव्या रंगाची विजार, भगव्याच रंगाचा झब्बा या वेशात डोळ्याला गॉगल लावलेला अण्णा हॉलमध्ये प्रवेश करता झाला.

मला भेटताच मला म्हणाला,

''रणजितभाऊ, माझ्याबद्दल चांगलं बोला हो!''

मी लगेच म्हणालो.

''जरूर बोलेन. पण एक अट.''

''कोणती?''

''मी सांगेन ती गाणी आज तू म्हणायला हवीस. नाहीतर चारचौघांत तुझी विकेट काढल्याशिवाय राहणार नाही.''

असा हा मैत्रीचा संवाद झाला.

कार्यक्रम अगदी सुरेख पार पडला.

आपल्या भाषणात अण्णा मिस्कीलपणे म्हणाला,

"रणजितभाऊ प्रथमच माझ्याबद्दल इतकं चांगलं बोलले."

ही मैफल संपल्यावर अण्णानं आपल्या खिशातलं एक उंची पेन काढून माझ्या हातात ठेवलं.

त्या सोनेरी रंगाच्या पेनमध्ये एक स्वयंचलित घड्याळ आहे. ते काळ, वेळ आणि उलटलेला क्षण दाखवतं. काळ, वेळ आणि क्षण पाहता येतात; पण गेला क्षण माणसाला कधीच परत मिळवता येत नाही.

हीच मानवी जीवनाची कथा आहे.

माणूस गेला, की मागं राहतात फक्त अशा आठवणी!

तेवढंच आता शिल्लक आहे.

जी जिव्हाळ्याची माणसं असतात, त्यांच्याबद्दल चांगलंच आठवतं.

त्या चांगुलपणावरच आम्ही एकत्र आलो होतो.

आज एक सज्जन आणि उमदा मित्र हरवला आहे. माझ्याबद्दल आत्मीयता असणारा एक जिव्हाळा आता आटला आहे.

आता प्रश्न मनात असा येतो, की आता मी कुणाला सांगू?

"तू माझ्याबद्दल चांगलं बोल."

रंगमंचावरचं
झळकतं झुंबर

तसं पाहिलं, तर काशिनाथ माझ्यापेक्षा वयानं लहान. पण त्यानं जी कीर्ती संपादन केली, ती मी मी म्हणणाऱ्या नटश्रेष्ठांनासुद्धा संपादिता आली की नाही, याबद्दल मी साशंक आहे.

काशिनाथचे आणि माझे जवळजवळ वीस-बावीस वर्षांचे निकटचे संबंध. तो एक श्रेष्ठ नट. अभिजात कलावंत, रसिक मनाचा विचारवंत आणि कौटुंबिक नात्यानं अत्यंत जवळचा असा माझा मित्र.

माणूस असेपर्यंत तो किती मोठा होता, याची फारशी जाणीव समाजाला होत नाही. पण तो गेला, की त्याच्या जाण्यानं केवढी पोकळी निर्माण झाली, हे जाणवतं. काशिनाथचं नाव आता गणपतराव बोडस, नानासाहेब फाटक यांच्या मालिकेत अजरामर झालं आहे.

काशिनाथ गेल्यानंतर आज त्याच्या- विषयीच्या अनेक आठवणी मनात उचंबळून येत आहेत. काशिनाथ आपल्या भूमिकेशी प्रामाणिक तर होताच, पण त्याला संपूर्ण नाटक पाठ असे. एकदा का त्यानं नाटकातील भूमिका स्वीकारली, की तो नाटकाशी एकरूप होत असे. न चुकता तालमींना

हजर राहण्याच्या बाबतीत त्याचा कटाक्ष असे.

पु. ल. देशपांड्यांनी त्याच्या मृत्यूनंतर लिहिलेल्या शोकसंदेशात म्हटलं ते खरं आहे;

'काशिनाथची रंगमंचावर एंट्री झाली, की टाळ्यांचा प्रचंड कडकडाट होत असे. एखादं झुंबर पेटावं, तसा सारा रंगमंच त्याच्या व्यक्तिमत्त्वानं भारावून जात असे.'

'गारंबीचा बापू' या नाटकातली त्याची भूमिका कधीच विसरता न येणारी आहे. काशिनाथ रंगमंचाच्या पायऱ्या उतरून आला, की एखाद्या बादशहाच्या अदबीची साऱ्यांना आठवण व्हायची. शिस्तीच्या बाबतीत तो अतिशय कटाक्ष पाळत असे. तो रंगमंचावर आला, की पडदा उघडण्याआधी सेट व्यवस्थित लागला आहे, की नाही; पडदे व्यवस्थित आहेत, की नाहीत, हे जातीनं पाहत असे. बाकीचे नट केवळ आपली भूमिका, आपला रंगमंचावरचा प्रवेश, आपला मेकअप एवढंच पाहत; परंतु काशिनाथ संपूर्ण नाटकाचा विचार करीत असे.

बालगंधर्वांनंतर मखमली पडद्याची पूजा करण्यात व्यग्र असलेला काशिनाथ एवढा एकच कलावंत मी पाहिला.

शिस्तीवरून एका गोष्टीची आठवण झाली.

'गारंबीच्या बापू'तला तो प्रसंग असावा. तो काड्याची पेटी मागतो. ती आणण्यासाठी तो क्षणभर विंगमध्ये जातो व काड्याची पेटी घेऊन लगेच रंगमंचावर येतो. असा तो प्रसंग.

काड्याची पेटी घेऊन विंगमध्ये उभा असणारा माणूस, त्याला काही क्षणांचा उशीर झाला.

काशिनाथनं त्याच्या हातातून काड्याची पेटी हिसकावून घेतली आणि खाडकन त्याच्या मुस्काटात लावून दिली...

तो आवाज पहिल्या रांगेत ऐकू आला.

नाटक संपलं.

काशिनाथ तसा भावनाविवश माणूस. ज्या माणसाला काही क्षणांपूर्वी मुस्काडात मारली होती, त्याला बोलावलं. खिशात हात घातला. शंभर रुपयांची नोट त्याच्या हातात ठेवत सांगितलं,

"मला क्षमा कर. पण पुन्हा अशी चूक करू नकोस."

काशिनाथ तसा स्वभावानं श्रद्धावान होता. देव मानणारा कलावंत होता.

निळे तेजस्वी डोळे, बांधीव अंगलट, देखणं सौंदर्य याचं वरदान त्याला

नियतीनं बहाल केलं होतं. पण तो केवळ सौंदर्याचा मोल मानणारा कलावंत नव्हता. त्याच्या सुंदर चेहऱ्यावर करुण, रौद्र, आनंदी असे अनेक भाव सहजपणे उमटत असत. एरवी मार्दवात बोलणारा काशिनाथ स्टेजवर येऊन शब्दांची फेक करीत असे; तेव्हा आपल्या आवाजाचा, त्यातल्या चढ-उताराचा त्याला विसर पडत नसे.

नानासाहेब फाटक हे त्याचं एक अत्यंत आदराचं स्थान होतं. तो म्हणायचा, ''आवाज घ्यावा, तर नानासाहेबांसारखा!''

काशिनाथच्या स्वभावाचे अनेक पैलू होते. तसा तो अहंकारी होता. फारसा कुणात मिसळायचा नाही आणि मिसळला, तर त्यातून चटकन बाहेर पडायचा. एकाकी, एकांगी जीवन जगणं त्याला फार आवडायचं. निसर्गाची तर त्याला भारी आवड.

कोवाडची एक आठवण आहे. त्याच्या दुसऱ्या प्रेमविवाहात मी सहभागी होतो. तो कोवाडला आला. आम्ही ज्या ज्या वेळी शेतावर फिरायला जात असू, त्या त्या वेळी आम्हा सर्वांना सोडून तो एकटाच कुठंतरी भटकत असे. कदाचित त्याला त्याच्या कोकणाची आठवण येत असेल. एक पदवीधर डॉक्टर कोकणाच्या आठवणींनी कासावीस व्हायचा. त्याचं हे सारं वागणं आम्हाला न कळणारं, न समजणारं होतं.

तसं पाहिलं, तर त्याच्या अंतरंगाचा ठाव घेणं कधीच कुणाला जमलं नाही. किनाऱ्यावर सागराच्या लाटा फेसाळत येतात, गर्जतात; तेवढंच का कलावंताचं रूप असतं? त्यापेक्षाही आत कुठं तरी अथांग सागर पसरलेला असतो. त्याला क्वचित उधाण येतं. पण त्याच्या आत खोलवर चाललेली ही खळबळ किती जणांना कळते?

नाटक झालं, की बहुतेक नट कधी मेकअप उतरतो आणि आपल्या बिऱ्हाडी जातो, या घाईत असतात. काशिनाथचं वागणं या विरुद्ध होतं. स्टेजवर राजवाक्यं बोलणारा, 'गारंबीचा बापू'मध्ये अदब गाजवणारा आणि 'अण्णा' या जिवाचं पाणी करून सोडणाऱ्या किंकाळीनं रंगभूमी हादरवून सोडणारा काशिनाथ, नाटक संपलं, की मवाळ बनायचा. साऱ्यांचा मेकअप उतरून झाला की, मग तो आपला मेकअप उतरवत असे. त्याचा मेकअप उतरलेला असे, त्यावेळी बॅक स्टेजची मंडळी जेवायला बसलेली असत. त्यावेळी प्रत्येकाची तो अगत्यानं चौकशी करीत असे. एखादं पान कमी पडलं, तर आपलं पान उचलून त्याच्या

समोर ठेवी. तो म्हणायचा,

"अरे, ज्यांच्या जिवावर आम्ही हे नाटक रंगवतो, ती माणसं जेवली, की नाही, हे न पाहता निघून कसं जाता येईल?"

असा हा मनस्वी कलावंत होता.

काशिनाथचं नुसतं बोर्डावर नाव झळकलं, की 'हाऊस फुल्ल'ची ठेकेदारांना काळजी नसे. खासगी संभाषणात एरवीचा अबोल काशिनाथ वाचस्पती व्हायचा. त्याचं बोलणं मोजकं; पण अचूक असे. त्याचं वाचन चांगलं होतं. 'टाइम्स ऑफ इंडिया' वाचल्याशिवाय त्याला चैन पडत नसे. वाचनाबरोबरच त्याची चिंतनशीलताही संभाषणात मला सतत जाणवत असे.

या काशिनाथवर नाट्यसृष्टीतल्या एकाच माणसानं अजोड प्रेम केलं आणि तो म्हणजे प्रभाकर पणशीकर. अखेरपर्यंत या दोघांच्या स्नेहात कधीही दुरावा निर्माण झाला नाही.

नाटकाचं जग हे तसं पाहिलं, तर विचित्र जग! या नाट्यसृष्टीत अनेक चकवे असत. काशिनाथच्या जीवनातीलच ही एक आठवण आहे.

एकदा त्याच्याबरोबर काम करणाऱ्या हिरॉईनचं त्याच्याशी भांडण झालं. या भांडणाचं पर्यवसान म्हणून त्या हिरॉईननं काशिनाथवर सूड घ्यायचं ठरवलं. नाटकातील नेमकी वाक्यं गाळून तिनं आपले संवाद म्हणायला सुरुवात केली.

पण काशिनाथ तसा प्रसंगावधानी होता. नाटक सुरू होण्यापूर्वी त्यानं निर्मात्याला सांगितलं,

"आज जे होईल, ते गंमत म्हणून बघा आणि हा प्रकार पुन्हा होणार नाही, याची दक्षता घ्या."

नाटक सुरू झालं आणि काशिनाथनं बेधडकपणे आपली महत्त्वाची वाक्यं गाळून संवाद म्हणायला सुरुवात केली. फक्त स्वत:चेच संवाद पाठ असणाऱ्या त्या नायिकेची धांदल उडाली. प्रसंगावधान कसं राखावं, संवाद पुढं कसे चालवावेत, हे तिला कळेना. प्रेक्षकांच्या ध्यानी हे आलं नाही.

- पण या प्रसंगानंतर ती नायिका सुरळीतपणे काम करू लागली.

काशिनाथच्या दारूच्या व्यसनाबद्दल सारे बोलतात. त्याच्या व्यसनापायी कैक वेळा नाटकाचे खेळ बंद पडले. पण हे सारं असूनही प्रेक्षकांनी त्याच्या अवगुणाकडे दुर्लक्ष करून त्याच्यावर अमाप प्रेम केलं. दारूचं त्याला व्यसन नव्हतं, हे मी

सांगितलं, तर त्यावर कुणाचा विश्वास बसेल का? पण सुलोचनाबाईंच्या घरी आम्ही महिनोन्‌महिने राहिलो. पण दारूच्या थेंबाला स्पर्श करताना मी त्याला कधी पाहिला नाही. त्याला रेसचा नाद होता. 'आपण एक रेसचं घोडं पाळलं' असल्याचं तो नेहमी सांगत असे; पण खरं खोटं, देव जाणे.

पण तबेल्यात बांधलेल्या घोड्यालादेखील कधी तरी उधळावंसं वाटतं. काशिनाथचा स्वभावही थोडासा रेसच्या तबेल्यातल्या घोड्यासारखा होता.

एकदा काशिनाथ माझ्याकडे आला आणि म्हणाला,

"मी तुझ्याकडे एक गोष्ट मागायला आलोय... देशील मला?"

मी म्हणालो,

"सांग ना तुला काय हवं, ते."

"मला तुझी 'रवि वर्मा' हवी आहे. मी त्यावर नाटक लिहून घेणार आहे. रवि वर्म्याचं काम मी करणार आहे."

"हं!" मी हसून म्हणालो, "घाऱ्या डोळ्यांचा रवि वर्मा!"

त्यानं झकासपैकी शिवी हासडली आणि म्हणाला,

"ज्यातलं कळत नाही, त्यातलं बोलतोस कशाला?"

"ठीक आहे. पण त्यासाठी शिव्या कशाला?"

तो म्हणाला,

"अरे, आता डोळ्यांचे हवे तसे रंग बदलून घेता येतात."

"ठीक आहे. दिलं. तुला नाटक दिलं!"

नंतर त्याच्या डोक्यात रवि वर्मा शिरला. समेळकडून नाटक लिहून घेतलं. मला मुंबईला बोलावून घेतलं. नाटकाचं वाचन झालं. हे वाचन सुरू असताना प्रत्येक व्यक्तिरेखेच्या तोलामोलाचं चिंतन त्याच्या डोक्यात सतत सुरू असायचं. पण या संपूर्ण नाटकात 'मी कुठं' आहे, याचा तो विचार करायचा. याबाबतीत मी, समेळ त्याच्याशी खूप भांडत असू. पण तो म्हणायचा-

"बरं बाबा. लेखक तुम्ही, तुम्ही सांगाल, तशी चाकरी करीन मी. मग तर झालं?"

'तुटे वाद, संवाद तेथे करावा' याची मला अशा वेळी आठवण व्हायची.

एकदा मी, वसंतराव देशपांडे आणि काशिनाथ सावंतवाडीला चाललो होतो. सावंतवाडीला काशिनाथचा प्रयोग होता. प्रवास लांबचा होता.

मी म्हणालो,

"बरोबर कुणीतरी ड्रायव्हर घे."

तो म्हणाला,

"छट! मी असताना ड्रायव्हर कशाला?"

आमचा प्रवास सुरू झाला आणि जे व्हायचं तेच झालं...

आमची गाडी घाटात बंद पडली. काशिनाथ शेलक्या शिव्या देत खाली उतरला. वसंतरावांना बॉनेट खोलायला लावलं. मी मागच्या सीटवर बसून कुरकुरत होतो.

"तरी मी तुला सांगत होतो, की बरोबर ड्रायव्हर घेऊ या, म्हणून!"

काशिनाथ गरजला, 'गप्प बैस, कारकुंड्या!"

मी पान लावीत बसलो.

गाडीतलं मळकट कापड काढून काशिनाथ इंजिनकडे पाहत होता. काही तरी खटाटोप चालू होता. काही वेळानं तो मळकट कपडा वसंतरावांना इंजिनच्या कुठल्याशा भागावर धरायला सांगितला आणि म्हणाला,

"वसंतराव, मी स्टार्टर मारतो. स्टार्टर मारला, की तुम्ही फडक्यावरचा हात काढा."

डॉक्टर काशिनाथनं स्टार्टर मारला.

-आणि तेवढ्यात वसंतरावांना पानाची पिंक टाकायची लहर आली.

काशिनाथ ओरडला,

"अरे वशाऽ अरे, फडकं का काढलं नाहीस?"

वसंतराव मिस्कीलपणे म्हणाले,

"बेल कुठं वाजली?"

असा प्रकार दोन-चारदा झाला. गाडी फुरफुरायला लागली. मळलेले हात घेऊन दोघेही गाडीत येऊन बसले. नंतर आमचा सावंतवाडीपर्यंतचा प्रवास सुखरूप झाला.

काशिनाथला कशातलं काही कळत नव्हतं, असं नाही. वैद्यकीय ज्ञान असो, मेकॅनिक असो, शल्यशास्त्र असो, डॉक्टर काशिनाथ सदैव पुढं. पाकशास्त्रातही तो कमी नव्हता. तो म्हणायचा,

"अरे, मोठ्या माणसांना जेवू घालणं फार सोपं असतं, बाबा! लहान मुलांना त्यांच्या कलानं जेवू घालणं फार फार अवघड असतं."

डॉ. काशिनाथ घाणेकर हा खरा तर दातांचा डॉक्टर. पण डॉक्टरकी सोडून त्यानं कलेच्या क्षेत्रात स्वतःला झोकून दिलं. दोन वेळा मोठ्या आजारातून तो

उठला. पण असा अचानक तो जाईल, असं कधी वाटलं नव्हतं.

'साठी' उलटल्यावर माणसानं प्रेक्षकाची भूमिका करायची असते, नटाची नाही. पण ही पाळी या आमच्या काशिनाथवर, सुदैवी कलावंतावर कधीच आली नाही. त्याला सुखाचं मरण आलं. रंगभूमीची सेवा करता-करता मरण आलं.

आचार्य अत्रे यांचं एक वाक्य आज मला आठवतं :

'गुलाब एकदा का झाडावर सुकला ना, की त्याला काटे किती होते, याची मोजदाद कुणी करू नये!'

खरं आहे! म्हणूनच आता या आठवणी उरल्या आहेत. त्या फक्त गुलाबाच्या! माझ्या काशिनाथ घाणेकर या जिवलग मित्राच्या!

सरगम संपली

सुप्रसिद्ध संगीत दिग्दर्शक सी. रामचंद्र माझ्या जीवनात केव्हा आला, हे आज मला आठवत नाही. सारे ओळखतात, तसाच मीही त्याला 'अण्णा' म्हणून ओळखत असे. आठवते, ती त्याची शेवटची भेट.

एक महिना वास्तव्यानंतर आम्ही पती-पत्नी लंडन सोडणार होतो. आमचं रिझर्व्हेशन झालं होतं. अण्णांना फोन करून 'आम्ही सकाळी जात आहोत,' असा निरोपही दिला होता.

सकाळी आम्ही विमानतळावर गेलो आणि आश्चर्याचा धक्का बसला. अण्णा आणि त्याचे मित्र सुरेश जाधव विमानतळावर हजर होते. योगायोग असा, की भारत सोडून युरोपच्या प्रवासाला निघताना अण्णा मुंबईच्या विमानतळावर होता.

युरोपचा दौरा आटोपून अण्णा भारतात आला. त्यानं मला फोन केला. तो सहकुटुंब ३१ डिसेंबरला कोवाडला येणार होता. पण नियतीची दानं उलटी पडली. जी भेट कोवाडला होणार होती, ती घडू शकली नाही. लंडनची भेटच अखेरची ठरली.

माणसाचं जीवन विमानासारखं असतं. केव्हा उंचावेल, आकाश गाठेल, याचा

भरवसा देता येत नाही...

अण्णाचा आणि माझा परिचय खूप वर्षांपूर्वीचा. एक राजस, सौंदर्यसंपन्न व्यक्तिमत्त्व असलेला हा लोभस माणूस. जीवनात मुक्तपणे संचार करणं एवढंच त्याला माहीत होतं. आपल्या घरी जिना उतरून अण्णा येत असेल, तर त्याच्या पुढं दहा पावलं त्यानं वापरलेल्या अत्तराचा सुगंध दरवळायचा. घरामध्ये अनेक जातींची कुत्री त्याच्यावर झेपावयाची. त्या प्रेमानं बधिर झालेला अण्णा पायरीवर बसायचा. कुत्र्यांचे सारे लाड सहन करायचा. ते दृश्य मी अनेक वेळा पाहिलं आहे.

अण्णाच्या सहवासात मी अनेक वर्षं काढली. कलावंताचं जीवन असूयेनं भरलेलं असतं, हे मी पाहिलेलं आहे, अनुभवलेलं आहे. पण अण्णा याला अपवाद होता. अण्णाच्या प्रकृतीचा एक गुणविशेष असा, की त्याच्या मनात कधीही, कुणाविषयीही क्षुद्रता नसे. कुणाबद्दलची काही टीका चालू झाली, तर तो त्यात रमत नसे. काही लोकांनी त्याला अतिशय दुखावलं. ते शल्य त्याच्या मनात सलत होतं.

पण ज्या दिवशी नर्गिसनं या जगाचा निरोप घेतला, त्या दिवशी अण्णानं आपल्या मनात सलणाऱ्या कटुतेचाही निरोप घेतला. आलेला दिवस आनंदानं उपभोगावा, आपलं दुःख विसरून दुसऱ्याच्या जीवनात आनंद ओतावा, हा त्याचा स्वभाव बनला होता.

अण्णाची आठवण समाजाला राहील, ती एक थोर संगीत-दिग्दर्शक म्हणून. 'शहनाई', 'अलबेला', 'अनारकली'तील गाणी त्यांना सदैव आठवत राहतील.

पण मित्र म्हणून लाभलेला अण्णा मला फार मोठा होता.

एकेकाळी अण्णाला उदंड प्रसिद्धी होती. कीर्ती होती. संगीत क्षेत्रात जाईल, तिथं त्याचा दबदबा होता. पण त्या कीर्तीच्या यशानं धुंद झालेला असतानासुद्धा अण्णा आमच्यासारख्या सामान्य मित्रांना कधी विसरला नव्हता; हेही तेवढंच सत्य आहे.

केव्हातरी संध्याकाळचा वेळी अण्णाच्या घरी जावं, तर बडे गुलाम अली, बेगम अख्तर यांच्या टेप्स तो ऐकत बसलेला असे. तर काही वेळेला पॉप म्युझिक, जाझ हे पाश्चात्त्य संगीत ऐकत तो रमलेला दिसे. त्याच्या हातातला दारूचा प्याला त्याला कधीच सुटला नाही, हे खरं! मध्यरात्र उलटून गेली आणि जर, समजा,

बेगम अख्तरची गझल लागली, तर या माणसाची दारू टाचेत उतरत असे. अण्णाच्या दारूच्या व्यसनानं त्याच्या संगीतावर कधीच मात केली नाही. नाहीतर लंडनच्या ऑपेरा हाऊसमध्ये ऑपेरा चालू असताना तन्मय झालेला, सारं जग विसरलेला अण्णा मला पहायला मिळाला नसता.

एकदा अण्णाच्या मनात चित्रपट काढण्याची कल्पना आली. सुप्रसिद्ध दिग्दर्शक राजा ठाकूर व अण्णा माझ्याकडे कोवाडला आले. अण्णाला रहस्यकथेवर चित्रपट काढायचा होता आणि ती चित्रपट-कथा मी लिहावी, असा त्याचा आग्रह होता.

मी अण्णाला सांगितलं-

''रहस्यकथा हा माझा विषय नाही; ही एक गोष्ट. दुसरी- तुझा-माझा स्नेह! पैशाच्या व्यवहारामध्ये आपली मैत्री तुटावी, असं मला वाटत नाही. जर उद्या तुझा चित्रपट पडला, तर ते नुकसान भरून काढण्याची माझी कुवत नाही. तेव्हा तू मला याबाबत आग्रह करू नको! आपली मैत्री आहे, ती अशीच टिकावी, असं मला वाटतं.''

अण्णा मनातून संतापला...

त्यानंतरच्या वर्षात मी पुण्याला गेलो असतानासुद्धा त्यानं माझी भेट अनेक कारणांस्तव नाकारली.

एके दिवशी आमच्या दोघांचा मित्र भाऊसाहेब बेंद्रे याच्या माडीवर मी बसलो असताना अण्णा तिथं आला.

मला तिथं बसलेला बघताच तो काहीसा चपापला.

मी अण्णाला विचारलं,

''तुझ्या सिनेमाचं काय झालं?''

अण्णा हसून म्हणाला,

''तुझी वाचा नडली. सिनेमा पडला.''

-आणि दुसऱ्याच क्षणी मिटल्या डोळ्यांनी हसत त्यानं मला जवळ घेतलं, म्हणाला,

''चल, रणजितभाऊ, घरी जाऊ!''

जसं काही वर्षभरात घडलंच नाही, अशा तऱ्हेनं आम्ही पुन्हा एकत्र आलो.

एखाद्या संगीताच्या टेपमध्ये काही वेळेला कोणत्या तरी यांत्रिक अडचणीनं टेप कोरी राहते ना, तसंच गेलं वर्ष लोटलं होतं. परत आमची मैफल जमली.

अण्णा कोवाडला यायचा. माझ्या घरी राह्यचा. माझ्या घरात पाऊल टाकलं, की ते घर त्याचं व्हायचं. त्या घरावर सर्व सत्ता त्याची चाले. मला उशिरा उठण्याची सवय. सकाळी जागा होई, तो पेटीच्या आवाजानं. मी डोळे चोळत अण्णाजवळ जाई. बनियन आणि लुंगीमध्ये असलेला अण्णा पेटी वाजवताना मला दिसे. त्याच्या शेजारी माझी धाकटी मुलगी पारू बसलेली असे आणि ती जी फर्माईश करील, ती गाणी अण्णा म्हणू लागे.

अण्णानं जसे कलावंत, स्नेही जोडले; तसेच त्या कुटुंबीय माणसांची मुलंसुद्धा जोडली. दोन वर्षांपूर्वी अण्णा जेव्हा परदेश-दौरा करून आला, तेव्हा त्यानं माझ्या मुलीसाठी माऊथ ऑर्गन आणला होता.

अण्णा नुसता श्रीमंती अथवा कीर्तीमध्ये रंगलेला नव्हता. तो आमच्यासारखाच सामान्य, जिव्हाळ्याचा शोध घेणारा माणूस होता, हे आज तो गेल्यानंतर कळतंय.

एकेकाळी पाकिस्तानची गायिका रेश्मा हिनं संगीत क्षेत्रात एक वादळ उत्पन्न केलं होतं. अण्णाला तिचं गाणं आवडत होतं. तिच्या टेप्स तो ऐकत होता आणि ज्यावेळी अण्णाला कन्यारत्न प्राप्त झालं, त्यावेळी अण्णानं आपल्या मुलीचं नाव ठेवलं 'रेश्मा!'

अण्णा हा चांगला वाचक होता. नव्या आलेल्या इंग्रजी कादंबरीवर आम्ही बोलत असू. त्यातल्या त्यात अण्णाला इंग्रजी रहस्यकथा फार प्रिय असे. मला रहस्यकथा मुळीच आवडत नाही.

मी अण्णाला म्हणे,

"अण्णा, जरा जास्त क्लासिकल वाच की!"

तो म्हणायचा,

"डोक्याला काय थोडी भगभग आहे, ती आणखी विकतची घेऊन वाढवायची? रणजितभाऊ, खरं सांगू का? तू एकदा रहस्यकथा वाचायला सुरुवात कर. जीवनात पुष्कळ विसावा मिळतो."

हा उफराटा उपदेश ऐकून मी थक्क व्हायचो. हा विसावा मला कधीच मिळाला नाही, ही गोष्ट सोडून द्या. पण आयुष्याला बेलगामपणे उधळत जाणारा हा रसिक! त्याच्या तत्त्वज्ञानालाही काही अर्थ असेल; कुणी सांगावं!

एकदा आम्ही दोघं खंडाळ्याला गेलो होतो. ते पावसाळ्याचे दिवस होते. धुक्याचे ढग खंडाळ्यावरून फिरत होते. केव्हातरी उन्हाचे कवडसे खाली उतरायचे. हिरव्यागार खोल दऱ्या दिसत असायच्या आणि अण्णा म्हणायचा,

"रणजितभाऊ, या खोल दऱ्या पाहिल्यात तुम्ही? हे पर्वत पाहिलेत? कुणास माहीत, शंकराची जटाधारी मूर्ती कदाचित अशाच पर्वतावरून कुणा ऋषिमुनींना सुचली असेल. एकच प्रश्न आहे. जीवनाचा अर्थ शोधायला या खोल दरीत उतरायचं, की उत्तुंग पर्वताच्या शिखरावर जाऊन बसायचं!"

असं काहीतरी अण्णा बोलू लागला, की सारं वातावरण गंभीर बनायचं. नेहमीचा हसरा खेळकर अण्णा कुठंतरी लुप्त झालेला असायचा.

साईबाबांवर अण्णाची असीम निष्ठा होती. मला आठवतं, त्याच्या घरामध्ये साईबाबांची एक स्वतंत्र पूजास्थानाची खोली होती. तिथं धूप जळत असायचा. वर्षातून एकदा अण्णा शिर्डीला जायचा. रस्त्यावर भिक्षा मागायचा. एवढा मोठा कलावंत. श्रद्धेच्या पोटी या गोष्टी करत असताना आश्चर्य वाटायचं.

कधी नव्हे ते आम्ही लंडनला खऱ्या अर्थानं एकत्र आलो.

एके दिवशी मी आणि अण्णा एका घरी एकत्र असताना अण्णाच्या डोळ्यांतील अश्रू पहिल्यांदा पाहिले.

मी अण्णाजवळ गेलो. विचारलं,

"अण्णा, काय झालं?"

"रणजितभाऊ, मी दरवेशी बनलो. हे खोकं (बाजाची पेटी) घेऊन दारोदार फिरायची मला वेळ आली. त्याचं दुःख मला भारी आहे."

मी अण्णाला म्हणालो,

"अण्णा, तीस वर्षं भारतीय संगीतामध्ये संगीत-दिग्दर्शक म्हणून नांदलेली माणसं किती आहेत? ते भाग्य तुम्हाला लाभलंय. आता जे देवानं दिलंय ते सुख म्हणून भोगायचं."

डोळ्यांत पाणी असतानाही अण्णा हसला, म्हणाला,

"रणजितभाऊ, ती ताकद माझी नाही. आयुष्यभर जे उपभोगलं, जे सन्मान घेतले, त्याची सवय एवढी जडलेली आहे, की आता दुर्लक्षित म्हणून जगणं मला कठीण आहे. मी कुणापुढं भीक मागणार नाही. ना लाचारी करीन... पण हे आयुष्य लवकर संपावं, असं मला वाटतं!"

त्या दिवशी मी गुदमरलो. या माणसाची निर्वाणीची भाषा ऐकून मी अस्वस्थ झालो.

दुसऱ्याच दिवशी लंडनच्या महाराष्ट्र मंडळात अण्णाचा कार्यक्रम होता. त्या कार्यक्रमाचा मी अध्यक्ष होतो. अण्णानं आपली गाजलेली सर्व गीतं त्यावेळी

म्हटली आणि शेवटी 'हवे तुझे दर्शन मजला' हे भक्तिगीत गायलं.

अण्णानं हे गीत शेवटी का गावं? याचं उत्तर आज सापडलं. लक्षावधीच नव्हे, करोडो लोकांना आपल्या संगीतानं मुग्ध करणारा एक कलावंत आज परमेश्वर-दर्शनासाठी गेला.

याचा आनंद कदाचित त्याला असेल, पण माझा एक जिवलग मित्र अण्णा गेला, याचं मला दु:ख फार आहे. कुणीतरी म्हणावं- केव्हातरी-

'शाम ढले, खिडकी तले, तुम सीटी बजाना छोड दो...'

एका थोर स्वयंसेवकाचा अंत

पुंडलिकजी कातगडे यांच्या मृत्यूची वार्ता ऐकून अत्यंत दु:ख झालं. पुंडलिकजींचं आता वय झालं होतं. ही वार्ताही अनपेक्षित नव्हती. तथापि, त्यांच्या जाण्यानं अनेक आठवणींना कायमचा विश्राम मिळालेला आहे. पं. जवाहरलाल नेहरू, राजेंद्रबाबू, गांधीजी यांच्यासारख्या थोर माणसांच्या सहवासात ते सदैव होते. आयुष्यात माणसाला वार्धक्याची जाण फार लवकर येते. पण पुंडलिकजी याला अपवाद होते. काही दिवसांपूर्वीच त्यांनी एका कार्यक्रमात भाग घेतला होता. त्यांच्या आयुष्याची अखेर तितकीशी चांगली नव्हती. पण गांधीजींच्या शिकवणीत वाढलेल्या या माणसानं त्याची कधीही फिकीर केली नाही. येईल ते जिणं समाधानानं भोगणं हा त्यांचा गुण होता.

लोकमान्य टिळकांची अंतकाळची हकिकत मिळवायची झाली, तर त्यासाठी पुंडलिकजी कातगडे यांच्या आत्मचरित्राचा 'पुंडलिक' हा भाग वाचावा लागेल. लोकमान्यांच्या अंतकाळी पुंडलिकजी त्यांचे सेवक म्हणून राहत होते.

ज्यावेळी चंपारण्यात गांधीजींनी

प्रथम सत्याग्रह उभारला, त्यावेळी त्या सत्याग्रहासाठी तीन स्वयंसेवकांची निवड केली होती. राजेंद्रबाबू, आचार्य कृपलानी आणि पुंडलिकजी कातगडे ही तीन माणसं.

बेळगावला आचार्य कृपलानींचे भाषण होते. त्या सभेमध्ये कृपलानी हे आपल्या उपहासगर्भ, धारदार भाषेत काँग्रेसवर टीका करीत होते. पुंडलिकजी कातगडेंकडे वळून ते म्हणाले,

"पुंडलिकजी, आप तो काँग्रेस वर्कर हैं ही जरूर! लेकिन एक दफा तो सच्ची बात कहें तो क्या बिगड जाता है? कहो ना! जब हम चंपारण्य में गये थे, तब क्या खाते थे? लड्डू? जलेबी? हम खाते थे चने-फुटाने! ये बात सच है ना?"

स्वातंत्र्याच्या पहिल्या लढ्यामध्ये भाग घेणारा हा स्वयंसेवक!

स्वातंत्र्यानंतर पंडित नेहरू निवडणूक-प्रचारासाठी बेळगावला आले. भाषणासाठी उंच व्यासपीठावर चढण्यासाठी जेव्हा पंडितजी आले, तेव्हा त्यांचं लक्ष पुंडलिकजी कातगडे यांच्याकडे गेलं. ते थबकले आणि म्हणाले,

"पुंडलिकजी, आप तो काँग्रेस वर्कर है! और अभीतक मिनिस्टर नहीं बने? यह कैसे हो सकता हैं?"

- आणि जाहीर भाषणात त्यांनी सांगितलं,

"अभी काँग्रेस में दो ही स्वयंसेवक बाकी है। एक मैं हूँ, दुसरा पुंडलिकजी कातगडे!"

एकदा पुंडलिकजी दिल्लीला गेले होते. तिथं माझा मित्र ना. व्यं. देशपांडे त्यांना भेटला. त्यावेळी राजेंद्रबाबू राष्ट्रपती होते. ना. व्यं. देशपांडे यांनी राजेंद्रबाबूंची स्वाक्षरी मिळावी, अशी इच्छा व्यक्त केली. 'मंडईत जाऊन भाजी घेऊन येऊ' या थाटात पुंडलिकजी म्हणाले,

"चल. आपण राष्ट्रपती भवनात जाऊ."

आणि पूर्वसूचना न देता दोघे राष्ट्रपती भवनात गेले.

राष्ट्रपतींच्या पी. ए.नी त्यांना अडवलं, विचारलं,

'अपॉईंटमेंट घेतली आहे का?"

निर्विकारपणे पुंडलिकजींनी सांगितलं,

"नाही."

"मग आपली भेट होणार नाही.

पुंडलिकजी संतापले. ते म्हणाले,

"ही माझ्या नावाची चिठ्ठी राष्ट्रपतींना नेऊन द्या. भेटत नाही म्हणाले, तर परत जाईन.''

पी. ए.नी ती चिठ्ठी राष्ट्रपतींच्या टेबलावर ठेवली. पुंडलिकजींचं नाव वाचताच राजेंद्रबाबू चटकन उठले. बाहेर आले आणि त्यांना घेऊन आत गेले.

पुंडलिकजींनी स्पष्ट सांगितलं,

"माझं काहीही काम नाही. फक्त या मुलाला तुमची स्वाक्षरी पाहिजे आहे. तेवढी द्या. मी चाललो.''

-आणि हसून राजेंद्रबाबूंनी स्वाक्षरी दिली. म्हणाले,

"अरे पुंडलिक, आज राहा ना!''

पुंडलिकजी म्हणाले,

"तुम्ही राष्ट्रपती आहात. तुम्हाला खूप कामं असतात आणि मी काय इथं माश्या मारीत बसू?''

- आणि पुंडलिकजी तिथून बाहेर पडले.

पंडितजी आणि पुंडलिकजी यांचाही स्नेह जुना. अत्यंत विचित्र परिस्थितीत बेळगावला काँग्रेस अधिवेशन भरलं होतं. पुंडलिकजी तेव्हा गंगाधर देशपांडे यांच्या घरी राहत होते. किंबहुना गंगाधर देशपांड्यांनीच त्यांना वाढवलं. काँग्रेस अधिवेशनाची जबाबदारी गंगाधर देशपांडे यांच्यावर होती. त्यावेळी पंडित नेहरू काँग्रेसचे सरचिटणीस होते. गंगाधररावांनी पुंडलिकजींची नेमणूक गांधीजींच्या तैनातीसाठी केली होती.

पहाटेच्या वेळेला पुंडलिकजी गांधीजींचं दूध आणण्यासाठी चालले होते. वाटेवर पं. नेहरूंचं कार्यालय होते. पं. नेहरू आपल्या कार्यालयाच्या दारामध्ये उभे होते. त्यांनी पुंडलिकजींना पाहिलं आणि हाक मारली,

"ओ व्हॉलिंटीअर! इधर आ.''

पुंडलिकजी गेले.

पंडितजींनी सांगितलं,

"वहाँ का झाडू उठाओ और मेरा कमरा साफ करो.''

पुंडलिकजी म्हणाले,

"मी गांधीजींचं दूध आणण्यासाठी चाललो आहे. दुसरा व्हॉलिंटीअर पाठवून देतो.''

पंडितजींना संताप आला. त्यांनी पुंडलिकजींचं बकोटं धरलं.

'बदतमीज, कहाँ जाता है?''

पुंडलिकजी तालीम संघात पोसलेले, वाढलेले. त्यांनी सरळ नेहरूंना टांग लावली. नेहरू पडले आणि पुंडलिकजी निघून गेले.

नेहरूंना तो अपमान सहन कसा व्हावा? ते सरचिटणीसपदाचा राजीनामा

देण्यास उठले. मोतीलालजींचे चिरंजीव! गांधींचे परमशिष्य! हा अपमान कसा सहन करतील?

"तो व्हॉलिंटीअर माफी मागत नसेल, तर मी इथं राहणार नाही.''

या वार्तेनं गंगाधरराव बेचैन झाले. असा कोण व्हॉलिंटीअर होता, की त्यानं नेहरूंना टांग मारावी! त्यांनी चौकशी चालू केली आणि शेवटी नाव निघालं पुंडलिकजींचं! त्यांनी पुंडलिकजींना बोलावून घेतलं आणि विचारलं,

"अरे पुंडलिक, आज कोणाशी मारामारी केलीस का?''

पुंडलिकजी म्हणाले,

"तसं काही विशेष नाही. सकाळी गांधीजींसाठी दूध आणायला निघालो होतो. एवढ्यात एका सुंदर गोऱ्या मुलानं मला हाक मारली आणि त्यानं मला सांगितलं- खोली झाडून साफ कर. मी त्याला म्हणालो- 'दुसरा स्वयंसेवक पाठवतो.' त्यानं माझी बकोटी धरली. काय करणार? मी त्याला टांग मारली. तो पालथा पडला. मी निघून गेलो.''

गंगाधररावांनी कपाळाला हात लावला. ते म्हणाले,

"अरे, तो मोतीलालजींचा मुलगा. काँग्रेसचा सरचिटणीस आणि गांधीजींचा परमशिष्य. तो आता राजीनामा देऊन निघाला आहे.''

"त्याला मी काय करू?''

"पुंडलिक, आता एकच केलं पाहिजे. जाऊन त्याची माफी माग.''

"अशक्य! मी स्वयंसेवकाचा राजीनामा देतो.''

गंगाधरराव म्हणाले,

"अरे, तू माझा मानसपुत्र आहेस ना! ही माझी आज्ञा आहे. यावर माझी सर्व अब्रू अवलंबून आहे. पितृज्ञा म्हणून तुला हे करावं लागेल.''

पुंडलिकजींच्या डोळ्यांत पाणी तरळलं होतं. काही न बोलता ते गंगाधररावांच्या मागून निघाले. पंडित नेहरूंच्या कार्यालयात दोघेही पोहोचले.

नेहरू अतिसंतापी. ते दारामध्येच उभे होते. पुंडलिकजींना पाहताच ते उफाळले.

"यही है बदतमीज...''

त्या उद्गाराबरोबर पुंडलिकजी मागे वळले.

गंगाधररावांनी त्यांना पुढं ढकललं.

नेहरूंनी सांगितलं.

"झाडू उठाओ और कमरा साफ करो.''

पुंडलिकजी गेले. त्यांनी झाडू उचलला आणि ते कमरा साफ करू लागले.

एवढं नेहरूंनी पाहिलं आणि धावत तिथं गेले. पुंडलिकजींच्या हातातील झाडू काढून घेऊन तो फेकून दिला आणि पंडितजींनी त्यांना मिठी मारली.

ती मिठी अखेरपर्यंत तशीच कायम राहिली.

पुंडलिकजी गांधीवादी होते नक्कीच! तेंडुलकरांनी लिहिलेल्या गांधी चरित्रग्रंथामध्ये गांधीजींनी पुंडलिकजींना लिहिलेली अनेक पत्रं उपलब्ध आहेत. त्यावरून गांधीजींचा आणि पुंडलिकजींचा वैयक्तिक जिव्हाळा केवढा होता, हे दिसून येईल. अहिंसेपेक्षाही सत्याचा अनुयय त्यांनी पत्करला होता. नाहीतर गोवा मुक्ती संग्रामाच्या वेळी पुंडलिकजी तेरेखोलला पोहोचणारे प्रथम स्वातंत्र्यसैनिक ठरले नसते.

पुंडलिकजी आपल्या मताबद्दल अत्यंत हट्टी असत. एखादी गोष्ट त्यांच्या मनाला पटली, तर ती गोष्ट करण्यास मागंपुढं पाहत नसत. त्यासाठी त्यांना साथीदारांची आवश्यकता लागत नसे. त्याचं उदाहरण द्यायचं झालं, तर एक आठवण त्यांनी मला सांगितली. ती माझ्या लक्षात आहे-

हुदलीला गांधीजींचा अर्धपुतळा बसवला होता. त्याचं उद्घाटन जयप्रकाश नारायण यांच्या हस्ते होणार होतं. जयप्रकाशजींचे कार्यक्रम आधीच भरपूर ठरले होते. अट सांगितली होती.

"मी येईन. उद्घाटन करीन. पण मला परत ताबडतोब दुसऱ्या गाडीने माघारी जावं लागणार आहे.''

पुंडलिकजींनी ते मान्य केलं.

पुढं अडचण अशी आली, की जाणारी गाडी हुदलीला थांबणार होती; पण येणारी एक्सप्रेस हुदलीला थांबत नव्हती. पुंडलिकजींनी हुबळीला तारा केल्या. पण ते मान्य झालं नाही. पण त्यामुळे पुंडलिकजी डगमगले नाहीत. सत्याग्रहाची सवय असलेला हा स्वयंसेवक. त्यांनी हुदलीला जयप्रकाशजींना उतरवून घेतलं. पुतळ्याचं अनावरण झालं. पण हे घडत असता त्याच गाडीनं पुंडलिकजींनी आपले दोन स्वयंसेवक गाडीतून पुढं पाठवून दिले होते. कार्यक्रम आटोपून सारे स्टेशनवर आले. नियमाप्रमाणे एक्सप्रेस हुदलीला थांबणार नव्हती. जयप्रकाशजी बेचैन झाले. कारण पुढील सर्व कार्यक्रम आखलेले होते. पुंडलिकजींनी सांगितलं,

"जयप्रकाशजी, तुम्ही चिंता करू नका. गाडी थांबेल.''

"कशी?''

"मी सारी व्यवस्था केली आहे.''

-आणि एक्सप्रेस धडधडत आली. प्लॅटफॉर्मच्या पुढं थोडं अंतर जाऊन ती थांबली. पुंडलिकजींनी जयप्रकाशजींना जवळजवळ ढकलतच गाडीपर्यंत नेलं. त्यांना डब्यात बसविलं.

आधी पाठविलेली माणसं का पाठवली गेली, हे त्यावेळी जयप्रकाशजींच्या

ध्यानी आलं. त्या माणसांनी स्टेशन येताच चेन खेचली होती. त्यासाठी अडीचशे रुपयांचा दंड पुंडलिकजींनी भरला.

जयप्रकाशजींनी सारा प्रकार बघितला आणि ते पुढच्या कार्यक्रमाला निघून गेले. जाताना ते म्हणाले,

''पुंडलिक, तू गांधीवादी शोभत नाहीस. तू मला बंडखोर वाटतोस.''

अशा किती आठवणी आज आठवतात. त्यांच्या सान्निध्यात असलेले अशोक याळगीसारखे अनेक मित्र आहेत. त्यांनी त्यांना जवळून पाहिलं आहे. त्या आठवणी संकलित व्हाव्यात.

पुंडलिकजींचे अखेरचे दिवस अत्यंत विपन्नावस्थेत गेले. पण त्याबद्दल त्यांच्या तोंडून केव्हाही खेद व्यक्त झालेला मी ऐकला नाही. आपल्या परीनं देशावर प्रेम करणं हा त्यांचा धर्म होता. मग गोवा मुक्ती संग्राम असो. संयुक्त महाराष्ट्राची चळवळ असो. त्यात त्यांनी सर्वस्व झोकून भाग घेतला. अखेरपर्यंत त्यांच्या मनात गंगाधररावजी देशपांडे यांच्याबद्दलची श्रद्धा सदैव जागृत होती. त्याचबरोबर पं. जवाहरलाल, आचार्य कृपलानी यांच्यासारख्या थोर देशभक्तांचं स्मरण ते कधीही विसरले नाहीत.

हा स्नेह जर बाजारात उभा केला असता, तर पुंडलिकजी कुठल्या कुठं गेले असते. त्यांना सत्ता मिळाली असती. अधिकार मिळाला असता. पण पुंडलिकजींनी आपले स्वयंसेवकाचं व्रत केव्हाही सोडलं नाही. असा स्वयंसेवक जो निःस्वार्थी, निगर्वी आहे; पुन्हा दिसेल, की नाही, याची मला दाट शंका आहे.

त्यांच्या स्मृतीला माझं अखेरचं वंदन!

प्राचार्य देसाई : व्यासंगी व्यक्तिमत्त्व

तसं पाहिलं, तर प्राचार्य एम. आर. देसाई आणि माझा तसा निकटचा परिचय नाही. परिचय नसला, तरी आम्हा एकमेकांचा जिव्हाळा कधीही कमी झालेला नाही. त्यांचा निकटचा संबंध आला, तो गोखले कॉलेजमुळे! (कै.) बॅ. खर्डेकर यांनी उभारलेल्या कागलमधल्या महाविद्यालयात मी, बॅ. खर्डेकर हे माझे आप्तस्वकीय असल्यामुळे प्रवेश केला. तिथं शिकण्यास जाण्यासाठी मी उत्सुक नव्हतो. पण गोखले कॉलेजला जमखंडीकरांनी आपली सर्व ग्रंथसंपत्ती दिली होती. त्यामध्ये अनेक दुर्मीळ पुस्तकं उपलब्ध होती. राजाराम कॉलेजमध्ये असताना 'आनातोले फ्रान्स' या प्रसिद्ध लेखकाची पुस्तकं उपलब्ध नव्हती. त्या लेखकाचा अभ्यास करावा, असं माझ्या मनात आलं. खर्डेकरकाकांना माझी अडचण व्यक्त करताच त्यांनी मला गोखले कॉलेजमध्ये प्रवेश घेण्याची आज्ञा केली. मी त्याप्रमाणे गोखले कॉलेजमध्ये प्रवेश मिळवला.

एका जुन्या पागेच्या जागी आमचं बोर्डिंग थाटलं होतं. त्यातून दोन फर्लांगावर आमचं कॉलेज तलावाच्या काठी वसलं होतं. जमखंडीवरून आणलेली सर्व ग्रंथसंपत्ती ठेवायलासुद्धा त्यावेळी जागा नव्हती.

मी 'आनातोले फ्रान्स' वाचत असे. तमाशा पाहण्याचा मला भारी शौक होता. कागलमध्ये दोन दिवसाला तमाशा बदलत असे. तमाशा किंवा ज्याला आज लोकनाट्य म्हणतात, त्यामध्ये आजच्यासारख्या सिनेमांच्या गाण्यांचा भरणा नसे. शाहीर परशुराम, राम जोशी, इत्यादी कलावंतांच्या लावण्या तिथं मला ऐकायला मिळत. रात्री जागरण झाल्यामुळे सकाळी उठायला उशीर होई.

एके दिवशी सकाळी माझ्या खोलीचा दरवाजा ठोठावला गेला. दार उघडलं, तो गुरुवर्य एम. आर. देसाई समोर उभे!

प्राचार्य देसाई आणि माझा कॉलेजचा व्यावहारिक संबंध असला, तरी ते हायस्कूलचे प्रिन्सिपॉल आणि मी कॉलेजचा विद्यार्थी होतो. दाराशी उभे असलेले गुरुवर्य पाहताच मी चपापलो.

त्यांनी मला विचारलं,

"लावणीची धुंदी अजून उतरली नाही का?"

एका हायस्कूलचे जरी ते प्रिन्सिपॉल असले, तरी त्यांच्या दृष्टीनं सर्व मुलं आपली मानत. अत्यंत शिस्तप्रिय आणि कठोर व्यवस्थापक म्हणून त्यांचा दरारा आमच्या मनावर सदैव असे.

त्यांनी मला सांगितलं,

"बाहेर चार नोकर आहेत. कुदळी-खोरी आहेत. सर्व घेऊन अंगण-चौक पुरा करून घ्या."

मी त्यांना नम्रपणे सांगितलं,

"मी इथं शिकायला आलो नाही. वाचायला आलो आहे. फक्त नियमादाखल मी इंटरला नाव नोंदवलं आहे."

एक संतापाची लहर त्यांच्या डोळ्यांत उमटली. ते म्हणाले,

"मी बाळासाहेबांच्या कानी घालीन."

तीर्थरूप बाळासाहेब खर्डेकरांनी मला बोलावून घेतलं. मी 'आनातोले फ्रान्स' वाचतो आहे, हे त्यांना माहीत होतं. पण रात्री मी तमाशाला जात होतो, हे त्यांना माहीत नव्हतं. जुन्या लावण्या, जुन्या चाली ऐकायला मिळणं हे माझं विलोभन होतं. ते मी त्यांना सांगितलं.

शांतपणे पाईप ओढीत काही क्षण ते तसेच वेताच्या खुर्चीवर बसून होते. काही वेळानं ते म्हणाले,

"तू जा. मी एम. आर.ना सारं सांगेन."

एका विजयानंदात मी माझ्या बोर्डिंगवर परतलो.

दुसऱ्या दिवशी दारावर थाप पडली. शाहीर प्रभाकर, राम जोशी, पठ्ठे बापूराव आणि इतर लावणीकारांची पुस्तकं घेऊन गुरुवर्य देसाई तिथं हजर झाले होते. त्यांनी ती पुस्तकं माझ्या हाती दिली.

त्यावेळी कथा-लेखक म्हणून माझा थोडा लौकिक झाला होता. ती पुस्तकं माझ्या हाती देत गुरुवर्य म्हणाले,

''जसा ज्ञानेश्वर, तुकाराम, रामदास वाचावा लागतो; तशीच ही लावणी संप्रदायाची पुस्तकंसुद्धा अभ्यासावी लागतात. तमाशाला जाऊन त्यातल्या चाली लक्षात येतील, पण शब्दार्थ कळणार नाही. हे लावणीकारसुद्धा शब्दसामर्थ्याचे धनी आहेत. इतर ग्रंथांबरोबरच तुला यांचाही अभ्यास करावा लागेल. कारण लेखकाला शब्दभांडार आणि त्याची जोड हवी असते. शृंगार हा मराठीतला मोठा रस आहे. पण लिहिताना संयम ढळता, तर तो बीभत्स होतो; हे तुला या पुस्तकांतून कळेल.''

गुरुवर्य देसाई यांच्याबद्दलचा माझ्या मनातला आदर वाढला.

बॅ. खर्डेकर आणि गुरुवर्य देसाई या दोघांची लायब्ररी लावण्याचं काम माझ्यावर सोपवलं गेलं. कपाटं कमी होती. पुस्तकं अफाट होती. ती लावत असता अनेक दुर्मीळ पुस्तकांची ओळख मला झाली. उदाहरणच द्यायचं झालं, तर 'अश्वपरीक्षा' यासारखी पुस्तकं तिथं उपलब्ध होती. माझ्या ऐतिहासिक कादंबऱ्यांना त्या वाचनाची पुष्कळ मदत झाली.

यानिमित्तानं प्राचार्य देसाई माझे दादा बनले. खर्डेकरकाका हे तर माझे नातेवाईकच. सायंकाळी कॉलेज सुटल्यानंतर ते मला तलावाच्या काठी फिरायला घेऊन जात असत आणि जाताना शेले, बायरन, कीट्स यावर बोलत असत. परत आल्यानंतर आपल्या घरी ठेवलेली त्यांची पुस्तकं मला वाचायला देत असत. संध्याकाळी केव्हातरी दादांची गाठ पडत असे. त्यावेळी रामायण, महाभारत यावर ते बोलत.

दादांचा एक स्वभाव होता. ते बोलत असले आणि त्यांची तंद्री लागली असेल, तर त्यावेळी त्यांना कोणी अडवलेलं चालत नसे. कोणी तसा प्रयत्न केलाच, तर ओठांवर बोट ठेवून ते 'शू' म्हणत.

या दोन्ही व्यक्तींनी माझ्या मनावर खूप मोठे संस्कार केले. याखेरीज काही व्यक्तींचा उल्लेख केल्याशिवाय राहवत नाही. ते म्हणजे डॉ. पवार, आर. सदाशिव अय्यर आणि प्राचार्य गोकाक.

ज्यावेळी कागलला गोखले कॉलेज उभं राहिलं, त्यावेळी त्याचं स्वरूप 'शांतीनिकेतन'सारखं व्हावं, हे दोघांचंही स्वप्न होतं. पण सारी स्वप्नं साकार होतात,

असं नाही. त्यानंतर गोखले कॉलेज कोल्हापूरला उभं राहिलं. कोल्हापुरात व्ही. टी. पाटील, बापूजी साळुंके असे अनेक शिक्षणतज्ज्ञ निर्माण झाले. पण कर्मवीर भाऊराव पाटील यांचा आदर्श आणि साहाय्य लाभलेले हे दोन गुणी द्रष्टे पुरुष निर्माण झाले.

वेंगुर्ल्याचं कॉलेज, कोल्हापूरचं गोखले कॉलेज याच संस्था नव्हे, तर अशा अनेक प्राथमिक आणि माध्यमिक शाळा महाराष्ट्रात आणि कर्नाटकात दादांनी उभ्या केल्या.

एम. आर. एखाद्या सामाजिक कार्यामध्ये पडत, त्यावेळी त्यांच्यावर उलटसुलट टीका होई. तो छळ दादांनी अत्यंत संयमपूर्वक सोसला; पण त्यांनी कधीही त्या टीकेला उत्तर दिलं नाही अथवा समर्थन केलं नाही. कदाचित आत्मप्रवृत्तीही त्याला कारणीभूत असेल.

जीवनात सारीच माणसं जगतात. काही पोटार्थी, काही व्यावहारिक, तर काही निष्क्रिय. यात जगणं हेच समाधान मानतात. दादांच्या आयुष्यात अनेक सन्मान आले. तसेच त्यांच्यावर कडक टीकाही झाली. पण 'ना खेद ना खंत' या वृत्तीनं ते शांतपणे जगले.

आता दादांचं वय अठ्ठ्याहत्तर आहे. गेली काही वर्षं उभारलेल्या संस्था आणि त्यांचे व्यवहार यामध्ये ते व्यग्र होते. माणसाचे दोन स्वभाव असतात. एक परलक्षी आणि दुसरा आत्मलक्षी. माझ्या समजुतीप्रमाणे दादा आताही परलक्षी बनलेले नाहीत.

एकदा मला स्वामी चिन्मयानंद म्हणाले होते,

"मी आता हे सर्व सोडून हिमालयात जाऊन राहणार आहे."

मी त्यांना विचारलं,

"स्वामीजी, तुम्ही उभ्या केलेल्या संस्था, आश्रम त्यांचं काय होणार?"

तपकिरीची चिमूट नाकात घालत हसत ते म्हणाले,

"रणजित, त्याची काळजी आपण का करायची? वाट चालवणारे चालवतील. नाहीतर त्या वाटा बंद पडतील. आपल्या हाती जीवन-कार्य एवढंच!"

आज दादांची मन:स्थिती मला तीच वाटते. आता त्यांचं लक्ष आत्मकेंद्रित झालं आहे. रामायण, महाभारत, उपनिषदं, ऋग्वेद अशा अनेक ग्रंथांवर ते लेखन करीत आहेत. त्यांचा विचार चालू आहे. त्यात ते रमलेले आहेत. शेकडो वर्षांपूर्वी लिहिल्या गेलेल्या ग्रंथांचा अभ्यास आणि त्यावर त्यांनी केलेली टीका (चांगल्या अर्थानं) ही आजही मनाला भुरळ पाडते...

... प्रभू रामचंद्रांनी एकदा अग्निदिव्य केलेल्या सीतेचा स्वीकार केल्यानंतर

एका परटाच्या बोलण्यावरून सीतेचा त्याग करावा, हे माझ्यासारख्या ललित लेखकाला दोषयुक्त वाटतं. एवढंच नव्हे, तर त्या व्यक्तीविषयी मनात अनादर निर्माण होतो. अत्यंत नम्रपणानं सांगावंसं वाटतं, की (कै.) भास्करराव जाधव यांनी रामायणावर प्रकाश टाकलेला आहे. पण या दोन बुद्धिवंतांच्या विचारश्रेणीत फार मोठा फरक आहे.

दादांनी रामायण हे रूपक कसं आहे, हे आपल्या ग्रंथात मांडलेलं आहे. या रूपकाशी सर्वांचीच मतं जुळतील, असं नाही. मतभेद जरूर होतील. ते अटळच! प्रत्येक व्यक्ती आपला स्वभाव, आपला आचार आणि विचार यातून निर्णय घेत असते. त्यामुळे पुस्तकावर टीका न होता त्यातून अनेक नवीन विचार प्रगटत असतात. हजारो वर्षांपूर्वी लिहिली गेलेली उपनिषदं, वेद यांच्यातून विचारधारांचं सामर्थ्य कसं आहे, हे दादांनी सांगितलं आहे.

त्या काळची परिस्थिती, समाजरचना, व्यवहार, नीतीबद्दलच्या कल्पना, धर्माचरण या सर्व गोष्टींचा त्यांनी सखोल अभ्यास केला आहे. अशा या प्रकांड पंडितावर लिहिण्याचा माझा अधिकार नसताना मला माझं मनोगत व्यक्त करण्याची संधी मिळाली; त्याबद्दल धन्यता वाटते. त्यांचं हे संशोधन थक्क करणारं आहे, दिपवून टाकणारं आहे.

शैशव जपलेला मित्र

अनेक व्यक्ती आपल्या जीवनात येतात. काही जीव लावून जातात, तर काही व्यक्तींचे मैत्रीचे, स्नेहाचे धागेदोरे जुळत नाहीत. जुळवायचा प्रयत्न केला, तरी कुठंतरी अंतर राहतं.

माझ्या सुदैवानं ज्या ज्या व्यक्ती माझ्या आयुष्यात आल्या, त्या साऱ्यांचे धागेदोरे जरी जुळले नसले, तरी तुटले मात्र निश्चित नाहीत. आम्ही एकमेकांशी सर्व गुण-दोषांसह ही मैत्री कायम टिकवली.

शरद तळवलकर हे एक असंच माझ्या जीवनात समाविष्ट झालेलं वेगळं व्यक्तिमत्त्व!

शरदला सारे विनोदी नट म्हणून ओळखतात. पण मी त्याला ओळखतो- एक अत्यंत भावनावश आणि कलाप्रेमी रसिक म्हणून!

तसं पाहिलं, तर शरद माझ्यापेक्षा वयानं मोठा. त्याच्या एकसष्टीला मी प्रमुख पाहुणा म्हणून गेलो होतो. मी असे दोनच कलावंत पाहिले आहेत, की जे वयानं माझ्यापेक्षा मोठे असूनही मला कधी ते मोठे वाटले नाहीत. त्या दोन व्यक्ती म्हणजे शरद तळवलकर आणि मधू आपटे.

या दोघांनी वयाचं बालपण जपलं आहे. आमच्यासारखी नुसती वयानं मोठी

होणारी माणसं आणि शरद, मधूसारखी माणसं यात जमीन-अस्मानाचं अंतर आहे. या दोघांनीही आपलं शैशव जपलं आहे. पोरांत पोर आणि थोरांत थोर अशी वृत्ती या दोघांनी जपली आहे.

शरदची माझी पहिली भेट झाली, ती 'रंगल्या रात्री अशा' चित्रपटाच्या वेळी. या चित्रपटाची पटकथा-संवाद मी लिहिले होते. चित्रपटात सारंगियाची एक भूमिका आहे. सारंगियाची भूमिका कोणाला द्यायची, याविषयी दिग्दर्शक राजा ठाकूर आणि मी दोघांत चर्चा सुरू होती. बराच वेळ चर्चा झाल्यावर एकदम माझ्या नजरेसमोर नाव आलं, ते शरद तळवलकरांचं. ते ऐकताच राजा ठाकूर म्हणाले,

''अहो, ही गंभीर भूमिका आहे आणि शरद तळवलकर तर विनोदी.''

मी म्हटलं,

''राजाभाऊ, तो उत्कृष्ट कलाकार आहे, हे विसरू नका. सारंगियाची भूमिका तो चांगली करील.''

शरदला डेक्कन जिमखान्यावरील लॉजवर बोलावलं. तो आला. मी त्याला भूमिका समजावून सांगितली. तो मुळात विनोदी नट- त्यानं एकवार माझ्याकडे पाहिलं आणि विचारलं,

''दादा, सारंगी कशी असते हो?''

हा त्याचा फाजीलपणा.

मी म्हणालो,

''सारंगी होय? ती असते माझ्यासारखी. आता फिरव तो सारंगीचा गज माझ्या अंगावरून.''

आम्ही दोघं मनमुराद हसलो.

'रंगल्या रात्री'चं चित्रीकरण प्रभात स्टुडिओत सुरू झालं. मी जिज्ञासेनं चित्रण पहिल्यापासून पाहत होतो.

मिनू मुमताज, अरुण सरनाईक आणि शरद तळवलकर हे तीन प्रमुख कलाकार या चित्रपटात होते. छबेलीची भूमिका करीत होती मिनू मुमताज. अरुण सरनाईक चित्रपटाचा नायक- यशवंता होता. चित्रपट गतीनं पुढं सरकत होता. कसलेही अडथळे न येता चित्रण सुरू होतं.

एक दिवस चित्रण सुरू असतानाचा प्रसंग...

नायक यशवंता आणि छबेली यांच्यात काही कारणानं दुरावा निर्माण होतो आणि सर्वांवर मनापासून प्रेम करणाऱ्या सारंगियाला ही हकिकत कळते. तो व्यथित होतो आणि म्हणतो-

''मैनें दो कलाकारों का खून किया है । यशवंता और छबेली...''

बस्स! एवढं एकच वाक्य शरदनं म्हणायचं होतं. प्रसंग गंभीर होता. पण आमच्या शरदला कधीकधी प्रसंगाचं गांभीर्य राहत नाही. त्याचं भान विसरतं. विनोद करायची लहर येते आणि कपाळाला हात लावावा लागतो.

कॅमेरा सरसावला. चित्रण सुरू झालं.

शरद सारंगियाचा मेकअप करून आला. सारंगीशी चाळा करता करता तो म्हणाला,
''मैनें दो कलाकारों का खून किया है...''

इथपर्यंत सारं ठीक होतं. पण पुढं यशवंता आणि छबेलीचं नाव घ्यायचं, तिथं त्यानं उच्चारलं...

''मैनें दो कलाकारों का खून किया है... एक रणजित देसाई और दुसरा राजा ठाकूर...''

प्रसंग गंभीर. पण त्याच्या या वाक्यानं साऱ्या स्टुडिओत हास्याचा कल्लोळ उठला.

-असा हा आमचा विक्षिप्त मित्र- शरद तळवलकर.

मी आजारी होतो. पुण्याच्या जोशी हॉस्पिटलमध्ये उपचार घेत होतो. शरद सकाळ-संध्याकाळ येऊन मला भेटून जात असे. तो मला नेहमी 'सरकार' म्हणूनच हाक मारे.

एके दिवशी आला आणि म्हणाला,
''सरकार, खांदे फार दुखताहेत हो!''

मी काळजीनं म्हणालो,
''शरद, काहीतरी औषध घे.''

''ते घेतो हो मी. पण एक विनंती आहे माझी.''

''विनंती! कसली विनंती?'' मी विचारलं.

तो शांतपणे म्हणाला,
''आमचे हे खांदे बरे होईपर्यंत कृपा करून तुम्ही मरू नका. नाहीतर मला खांदा देता येणार नाही.''

मी कोवाडला होतो. प्रकृती बरी नव्हती.

शरद हा अतिशय कंजूष. रत्नागिरीला त्याचं नाटक होतं. तिथं त्याला कुणाकडून तरी मी आजारी असल्याचं कळलं. रात्री नाटक झाल्यावर स्पेशल टॅक्सीनं तो कोवाडला आला. आमच्या गप्पागोष्टी झाल्या. एकमेकांच्या प्रकृतीची विचारपूस झाली आणि तो निघून गेला.

हे त्याचं आणखी एक अंग.

'इथे सखे न सोबती, कुणी इथे कुणी तिथे' असा माझा मित्रपरिवार आहे. हा विस्तार सतत वाढत आहे. माझ्या लेखनावर प्रेम करणारी अनेक माणसं आता 'माझी' झाली आहेत. शरद त्यातला एक आहे.

शरद आजही कोवाडला येतो. राहतो. गप्पा मारतो. नाटकातले विनोदी किस्से ऐकवतो. त्याच्या सहवासात वेळ मजेत जातो. आपल्या जीवनातले भले-बुरे अनुभव सांगतो. या प्रत्येक अनुभवामागे त्याचं जीवन-चिंतन दडलेलं असतं. ते मी शोधण्याचा प्रयत्न करतो.

पण कोवाड सोडताना मात्र गळ्यात गळा घालून एखाद्या लहान पोरासारखा हमसून रडतो.

वय विसरून रडतो.

तात्यांची ती
अविस्मरणीय भेट

माझ्या मनात ज्या काही व्यक्तींनी कायमची घरं केली आहेत, त्यात स्वातंत्र्यवीर सावरकर यांचा निश्चित समावेश करीन. त्यांनी 'अभिनव सांगते'च्या वेळी केलेलं भाषण मी कधीही विसरू शकत नाही. त्यावेळी त्यांनी केलेलं भाषण म्हणजे शब्दांचा दाह होता. त्यावेळी त्यांच्या भाषणातील प्रत्येक शब्दाचा अर्थ कळत होताच, असं नाही; पण एवढं मात्र खरं, की वक्तृत्वात केवढी जबरदस्त ताकद असते, याचं प्रत्यंतर त्यांच्या भाषणातून जाणवत होतं. संस्कृत शब्दांचा आधार घेऊन अस्खलितपणे बोलणारे ते प्रभावी वक्ते होते.

'स्वामी' नुकतीच प्रकाशित झाली होती. 'स्वामी'ची प्रत तात्यांना द्यावी, त्यांचे आशीर्वाद घ्यावेत, असं सारखं मनातून वाटायचं. पण काही केल्या योग जुळून येत नव्हता.

एकदा तो योग जुळून आला. आजही तो प्रसंग जसाच्या तसा आठवतो... नजरेसमोर दिसतो...

मी त्यावेळी मुंबईत होतो. शिवाजी पार्कवरील तात्यांच्या निवासस्थानी मी

'स्वामी'ची प्रत घेऊन गेलो. त्यावेळी त्यांच्या घराजवळ कडक बंदोबस्त होता. मी घरात प्रवेश करताच माझी तपासणी झाली. सर्व चौकशी पूर्ण होऊन मला माडीवर पाठविण्यात आलं.

तात्या एका ईझीचेअरवर बसलेले. धोतर, अंगरखा, बारीक काडीचा चश्मा असा त्यावेळी त्यांचा वेश होता. मी येणार असल्याचा निरोप आधीच गेला होता.

तात्यारावांनी माझ्याकडे पाहिलं. स्वत:ला थोडंसं सावरल्यासारखं करीत ते म्हणाले,

"का देसाई, का आला होता?"

"मी माधवराव पेशव्यांच्या जीवनावर कादंबरी लिहिली आहे. ती तुम्हाला भेट द्यावी म्हणून आलोय." मी शांतपणे म्हणालो.

"'स्वामी' ना! मी ऐकलंय त्याविषयी." ते शांतपणे म्हणाले.

"हो!" असं म्हणून मी कादंबरी त्यांच्या हातात दिली. त्यांच्या पायाला हात लावून नमस्कार केला.

मी या व्यक्तीविषयी खूप काही वाचलं होतं. ऐकलं होतं. एक उत्तुंग माणूस मी आज जवळून न्याहाळत होतो. अनेक वेदना, मनस्ताप, शारीरिक क्लेश यातून टिकलेलं हे एक व्यक्तिमत्त्व होतं. काहीही असो, कितीही मतभेद असोत; पण या माणसानं देशावर मनापासून प्रेम केलं होतं. या प्रेमाला काही मर्यादा! छे! काहीही नाही. प्रेम म्हणजे प्रेम! नि:सीम प्रेम! बस्स, दुसरं नावच नाही. असं प्रेम तात्यांनी भारतमातेवर केलं.

-पण आपणही फार लवकर विसरतो अशा माणसांना!

पंधरा ऑगस्ट! स्वातंत्र्यदिनाची सभा. मोठमोठे पुढारी मुंबईच्या त्या सभेत घसा खरवडून ओरडून सांगत होते.

"ज्यांनी देशासाठी बलिदान केलं, स्वातंत्र्यप्राप्तीसाठी पराकाष्ठा केली, त्यांना आम्ही विसरू शकत नाही... त्यांचं आम्हाला कधीही विस्मरण होणार नाही."

ज्यांनी स्वातंत्र्य-संग्रामात उडी घेतली, कारावास भोगला... त्या तात्यांना मात्र ही मंडळी विसरली होती.

मी तात्यांकडे निरखून पाहिलं. हाच तो स्वातंत्र्यवीर, ज्यानं बोटीतून उडी घेऊन फ्रान्सचा किनारा गाठला. कारावास भोगून दोन वेळा सलग काळ्या पाण्याची शिक्षा भोगण्याची पाळी या आमच्या प्रिय स्वातंत्र्यवीरावर आली आणि बॅरिस्टर ही पदवी संपादन केलेल्या या स्वातंत्र्यवीरानं ती निमूटपणे सहन केली. अशा या स्वातंत्र्यवीराला

मी पुन:पुन्हा न्याहाळत होतो.

त्यांच्या डोळ्यांत विलक्षण तेज होतं.

मी दिलेलं पुस्तक ते शांतपणे चाळत होते. वाचत नव्हते. पान उलटता-उलटता ते मला म्हणाले,

"देसाई, तुम्ही आणखी चार दिवसांनी भेटायला या."

"तात्या, मी हे जे पुस्तक तुम्हाला दिलंय ना, ते तुमच्याविषयीच्या आदरापोटी म्हणून दिलं आहे. तुमची प्रकृती मला ठाऊक आहे. वाचावं, म्हणून नाही दिलं."

"तरीही तुम्ही चार दिवसांनी मला भेटायला या. संध्याकाळी सहा वाजता मी तुमची वाट पाहतो. आज आहे सोमवार. गुरुवारी संध्याकाळी सहा वाजता या."

मी त्यांचा निरोप घेऊन निघालो.

एका लोकविलक्षण व्यक्तिमत्त्वाच्या दर्शनानं मी भारावून गेलो होतो. गुरुवार कधी उजाडतो, असं मला झालं होतं. चार दिवस डोक्यात एकच विचार. "तात्या पुस्तक वाचून काय म्हणतील? आपण त्यांना भेटून त्रास दिला नाही ना?"

गुरुवार, संध्याकाळी सहाची वेळ. मी सावरकर सदनात प्रवेश केला. तात्या वेळेच्या बाबतीत अतिशय वक्तशीर. मी माडीवर गेलो. त्याच ईझीचेअरवर तात्या बसले होते.

"या देसाई, मी तुमची 'स्वामी' कादंबरी वाचली. अतिशय आवडली मला ती. पण..."

पण! मी संभ्रमात पडलो. आता ते काय म्हणणार, याकडे माझं लक्ष लागून राहिलं होतं. पोटात धस्स झालं होतं.

ते म्हणाले,

"देसाई, तुम्ही कादंबरी चांगली लिहिली आहे. पण भाषा, परदेशी भाषेचा आधार घ्यायची जरुरी होती का? आपली मराठी भाषा समृद्ध आहे. भाषा शुद्ध करा. तुमची कादंबरी चांगली आहे."

मी काहीही बोललो नाही.

मी तात्यांचा निरोप घेतला. सावरकर सदनातून बाहेर पडलो.

प्रकृतीच्या अशा विकलांग अवस्थेत त्यांनी माझी 'स्वामी' कादंबरी वाचून तीतले दोष दाखवावेत, असा मी एवढा कोण लागून गेलो होतो?

तात्यांची ती भेट आठवते. मन आजही भरून येतं.

स्नेहाचा खळखळता निर्झर

शिवाजी विद्यापीठात मी सिनेटचा सभासद होतो. त्यावेळची ही आठवण.

विद्यापीठाच्या आवारात उभारलेल्या छत्रपती शिवाजी महाराजांच्या पुतळ्याचं अनावरण व्हायचं होतं. यशवंतराव चव्हाण या कार्यक्रमासाठी येणार होते. जवळजवळ सात वर्षांनी ते कोल्हापूरला या पुतळ्याच्या अनावरणासाठी येणार होते.

साताऱ्याच्या एका भाषणात ते सहज बोलून गेले होते, की

"या गाद्या आता जीर्ण झाल्या आहेत. नव्या गाद्या आता निर्माण झाल्या पाहिजेत."

अर्थात यशवंतरावांना यात छत्रपतींचा किंवा राजघराण्याचा उपमर्द करायचा नव्हता. जनतेत आता नवी जिद्द निर्माण व्हायला हवी, हा या विधानाचा खरा संदर्भ होता. पण या विधानाचा नेमका उलटा अर्थ लावला गेला आणि त्यांना कोल्हापूर बंद करण्यात आलं. त्यांच्या या विधानाचा निषेध तर सर्वत्र चालूच होता.

जवळजवळ सात वर्षांच्या काळानंतर शिवाजी महाराजांच्या पुतळ्याच्या अनावरणाच्या निमित्तानं ते कोल्हापूरला आले.

कुलगुरू डॉ. आप्पासाहेब पवार यांच्या

अध्यक्षतेखाली मोठ्या थाटात पुतळ्याचं अनावरण झालं. कार्यक्रम संपला आणि यशवंतराव व्यासपीठावरून खाली उतरले. प्रत्येकाच्या नमस्काराचा स्वीकार करीत, मंद स्मित करीत, झपझप पावलं टाकीत, ते निघून गेले. त्यांच्याभोवती नेहमीप्रमाणे कार्यकर्त्यांचा गराडा होताच.

जाता-जाता त्यांनी माझ्याकडे नुसतं पाहिलं. हसले; पण काहीही न बोलता निघून गेले.

त्यांचा-माझा जवळजवळ वीस-बावीस वर्षांचा स्नेह. असं असूनही साधी ओळखही त्यांनी दाखवू नये, या घटनेचं मला भारी वाईट वाटलं. मन विषण्ण झालं.

साहेब निघून गेले आणि पाठोपाठ त्यांचे पी.ए. डोंगरे माझ्याजवळ आले. म्हणाले.

''साहेबांनी तुम्हाला सर्किट हाऊसवर बोलावलंय.''

मनात विचार येऊन गेला की, एवढी समोरासमोर भेट झाली, तर साधी ओळखसुद्धा त्यांनी दाखविली नाही आणि आता सर्किट हाऊसवर भेटायला बोलावतात. कशाला जायचं भेटायला? काही नको!

पण दुसऱ्याच क्षणी साहेबांच्या माझ्याविषयीच्या जिव्हाळ्याचं स्मरण झालं. त्यांच्या मोठ्या मनाच्या अनेक घटना, आठवणी क्षणार्धात आठवून गेल्या.

माणसाचं मन मोठं विचित्र असतं. ते चांगल्या घटनांचं स्मरण फार उशिरा करून देतं. वाईट, अप्रिय घटना सारख्या आठवण्याचा प्रयत्न करतं आणि त्यावरून त्या व्यक्तीविषयीचं मत बनविण्याचा प्रयत्न करतं.

थोडंसं असंच घडलं होतं यावेळी!

मी सर्किट हाऊसवर गेलो. साहेबांच्या भोवती माणसांचा गराडा पडला होता. प्रत्येकजण त्यांच्याशी काही ना काही बोलण्याचा प्रयत्न करीत होतं. मला पाहताच ते त्या गर्दीतून उठले आणि माझा हात हाती घेत म्हणाले,

''रणजित, आत चल.''

मी त्यांच्याबरोबर आत बेडरूममध्ये गेलो. दार लावलं गेलं. यशवंतराव पलंगावर बसले. मी त्यांच्या शेजारी उभा होतो. माझ्या नजरेला नजर देत ते म्हणाले,

''रणजित, मघाशी कार्यक्रमाच्या वेळी मी तुला साधी ओळखसुद्धा दाखविली नाही, म्हणून कदाचित तू माझ्यावर रागावला असशील. गैरसमज करून घेतला असशील, नाही?''

''छे, छे! तसं काही नाही!'' मी कसाबसा म्हणालो.

साहेब म्हणाले,

"खोटं बोलू नको. अरे, माणसं ओळखणं ही अतिशय अवघड गोष्ट आहे. अनुभवानं मला ती जमली आहे. मी माणसांच्या भावना जाणतो. पण रणजित, एक गोष्ट लक्षात ठेव. जेव्हा असे मोठमोठे समारंभ असतात, त्यावेळी मी माझ्या माणसांना कधीही ओळख दाखवीत नाही. त्यामागे एक कारण आहे. मी तशी ओळख दाखविली, चारचौघांत तुमच्याशी बोललो, तर त्याचा परिणाम माहीत आहे? माझी पाठ फिरली, की तुमच्या मागं वशिल्याच्या कामांचं लचांड लागतं. ते एक मोहोळ असतं आणि तुला माहीत आहे, की मी वैयक्तिक अशी कुणाची कामं करीत नाही. सार्वजनिक कामं असली, तरच मी त्याविषयी विचार करतो. शक्य असेल, तर ती करण्याचा प्रयत्न करतो. त्या समारंभात मी तुझ्याशी बोललो असतो, तर वशिल्याची चार कामं तुझ्या गळ्यात पडली असती. ती घेऊन तू माझ्याकडे आला असतास आणि प्रेमाखातर, निरुपायानं त्यातील एक-दोन तरी मला करावी लागली असती..."

साहेब क्षणभर थांबले.

म्हणाले,

"तर एक गोष्ट लक्षात ठेव. जेव्हा अशा सार्वजनिक समारंभात मी तुम्हाला ओळख दाखवीत नाही, तेव्हा त्यात स्नेहाचा, प्रेमाचा भाग अधिक असतो. कर्तव्याचा भाग तर असतोच असतो. ही पथ्यं पाळूनच सार्वजनिक कार्य करणाऱ्या माणसाला पुढं यावं लागतं. मीही त्याला अपवाद नाही आणि तूही सार्वजनिक क्षेत्रात वावरताना ही गोष्ट लक्षात ठेव. कळलं ना तुला? बरं, जाऊ या. अनेक माणसं बसली आहेत. उठू या आपण!"

-आणि आम्ही दोघं बाहेर आलो.

साहेबांच्या सहवासातल्या अशा किती आठवणी सांगू? त्यांच्या आठवणींची एकांतात उजळणी करण्यातच खरा आनंद वाटतो मला. त्यांचा सारा सहवास मला खूप काही देऊन गेला. शिकवून तर गेलाच गेला!

अशीच ही एक आठवण!

नेपाळला जायचं आम्ही उभयतांनी म्हणजे मी आणि सौ. माधवीनं ठरवलं होतं. नेपाळला जाताना दिल्लीला यशवंतरावांकडे काही दिवस थांबून, मग पुढं जायचं ठरवलं. वेणूताई नुकत्याच निवर्तल्या होत्या. यशवंतराव अगदी एकाकी होते. त्यांनीही येण्याचं आमंत्रण देऊन बरेच दिवस झाले होते. म्हणून नगरची व्याख्यानं आटोपून आम्ही दिल्ली मार्गे नेपाळला जायचं निश्चित केलं. व्याख्यानं झाली. आम्ही येणार असल्याचं यशवंतरावजींना आधी कळवून ठेवलं होतंच.

औरंगाबादेहून आम्ही कोणत्या विमानानं निघत आहोत, हे विमान दिल्लीला किती वाजता पोहोचतं, ही सर्व माहिती त्यांना कळवली. विमानतळावर गाडी पाठवू नका; आम्ही टॅक्सीनं बंगल्यावर येतो, हे मुद्दाम त्यांना कळवून ठेवलं होतं.

काळजी करीत राहणं हा जुन्या पिढीतल्या माणसांच्या जीवनाचा स्थायिभाव. याला यशवंतरावजी तरी कसे अपवाद असणार?

साहेब हरीण-काळजाचे. म्हणून मी माझ्या पत्रात सविस्तर कळविलं होतं. दोन व्यक्तींच्या घालमेलीची त्या विमानाला काळजी कसली असणार? आमचं विमान डुक्कर-काळजाचंच! असं आजवरच्या अनुभवानं म्हणावंसं वाटतं. विमान कधी सुटेल, कधी पोहोचेल, याचा काही ताळमेळ नसतो.

आम्ही पती-पत्नी औरंगाबादेहून निघालो. अर्थात जे विमान दिल्लीला साडेअकराला पोहोचणार होतं, ते पोहोचलं दुपारी एक वाजता. टॅक्सीनं आम्ही साहेबांच्या बंगल्यावर आलो. त्यावेळी दीड वाजला होता.

बनियन घातलेले यशवंतराव पायरीवर उभे होते. मनाची घालमेल त्यांच्या चेहऱ्यावर दिसत होती.

आम्ही टॅक्सीतून उतरलो. वाकून नमस्कार केला. सांगितलं,

"साहेब, विमान यायला थोडा उशीर झाला."

"माहीत आहे. मी विमानतळावर फोन केला होता. विमान यायला वेळ लागणार असल्याचं माहीत होतं. बरं, तुम्ही आधी वॉश घ्या. मग आपण निवांत जेवू."

आपल्यासाठी यशवंतरावजी जेवायचे थांबले आहेत, हे पाहून वाईट वाटलं. आता गप्पांत वेळ दवडण्यात अर्थ नव्हता.

आम्ही खोलीत आलो आणि ती खोली पाहून थक्क झालो. पण त्याहीपेक्षा मन विषण्ण झालं. वेणूताईंची ती खोली. ड्रेसिंग टेबलवर हळद-कुंकू, मेण एवढंच नव्हे, तर शांपूपासून स्त्रियांची सर्व प्रसाधनं व्यवस्थित होती. ती मी निरखीत होतो.

एवढ्यात साहेब आत आले आणि माधवीला म्हणाले,

"आम्हाला यातलं काही कळत नाही. जेवढं सुचलं, आठवलं, तेवढं आणलं. आज वेणू असती, तर असला विचार करायची वेळ आमच्यावर आली नसती. त्याची गरजही भासली नसती. काही गरज भासली, तर आपला सेवक गंगा आहे, त्याच्याकडून मागवून घ्या, तो आणून देईल."

अशा या मायेच्या माणसाला तोलायचं कुणी? कसं? मोलायचं कुणी? आणि कसं?

ही माया-प्रेम उदंड होतं. असा आठ दिवसांचा आम्हाला सहवास लाभला. या आठ दिवसांत किती म्हणून गप्पा व्हाव्यात? दिल्ली आम्हाला तशी नवखी नव्हती.

तरीही साहेब फिरून फिरून सांगत असत :

"कुठं जाणार असाल, तर आपली गाडी आहे. नि:संकोचपणे घेऊन जा."

पण त्या आठ दिवसांत आम्ही कुठंही फिरायला म्हणून गेलो नाही. त्यांच्या सहवासात- म्हणजे त्यांच्या सहवासातच ते आठ दिवस घालवले. उभयतांनी मनात ठरवूनच हा दिल्लीचा मुक्कामाचा बेत ठरवला होता.

असंच बोलत बसलो असताना मी म्हणालो,

"माधवी मासा फार छान करते."

माझं बोलणं त्यांनी ऐकलं आणि त्याचा परिणाम विपरीत झाला. मला काहीच कल्पना नव्हती. मी खोलीत वाचत पडलो होतो. माधवी धावत खोलीत आली आणि म्हणाली,

"अहो, काय गोंधळ करून ठेवलात तुम्ही?"

मी विचारलं,

"का? काय झालं?"

"तुम्ही सकाळी सहज बोलून गेलात आणि बंगल्यावर दहा किलो पापलेट आणून ठेवलेत. कसं करायचं?"

माझी वाचनाची तंद्री भंगली.

"काय सांगतेस?"

अर्थात तिच्या मदतीला गंगा, स्वयंपाकी वगैरे होते. या साऱ्या मंडळींनी वेळ निभावून नेली.

मी त्या स्वयंपाक्याला विचारलं-

"एवढे दहा किलो पापलेट कशासाठी आणले? खाणारी माणसं तीन..."

तो म्हणाला,

"हा बाईसाहेबांनी घालून दिलेला रिवाज आहे. इथं कोणताही पदार्थ एकट्यानं कधीही खाल्ला जात नाही. तो बंगल्यातल्या सर्वांसाठी असतो. साहेब, तुम्हाला कल्पना नसेल; पण आमची सर्वांची पोरं शाळेत शिकतात, काही कॉलेजात जातात. या सर्वांना पोहोचविण्यासाठी आणि परत आणण्यासाठी साहेबांनी खास गाडी ठेवली आहे."

तो स्वयंपाकी निघून गेला.

माझं वाचनातलं लक्ष उडून गेलं होतं.

रात्रीच्या जेवणाची वेळ झालेली. टेबलावर आम्ही तिघंजण होतो. पानात मासा वाढला होता. त्या पानातल्या माशाकडे पाहत साहेब म्हणाले,

"खरं सांगू का! मला माशाची भयंकर भीती वाटते. ते काटे काढून दिले,

तरच खाईन.''

मला कबिराचा तो दोहा आठवला. त्या दोह्याचा अर्थ असा होता :

मासा हा पाण्याविना जगत नाही. त्याला पाण्याबाहेर काढला, तरी त्याला पाण्यानं स्वच्छ करावा लागतो आणि जेव्हा आपण मासा खातो, तेव्हा तहान फार लागते.

या माशासारखंच राजकारणी माणसानं असावं. ही माणसं राजकारणात वावरली, तरी माणसाच्या सहवासासाठी ती सदैव आसुसलेली असतात. त्या सहवासात ती रमतात. फुलतात. त्यांच्या सुखानं सुखावतात. दुःखानं व्यथित होतात.

यशवंतरावजीही याला अपवाद कसे ठरावेत?

रेसकोर्स, नंबर एक

नव्या दिल्लीमध्ये त्रिमूर्ति पथाहून जरा पुढे गेलं, की उजव्या बाजूला वळायचं. पुढं एक मोठा चौक लागतो. त्याच्या डाव्या बाजूला जो रस्ता लागतो, त्या रस्त्याच्या वळणावर एक पोस्ट ऑफिस आहे. रस्त्याच्या दुसऱ्या बाजूला 'रेसकोर्स रोड' ही पाटी नजरेत भरते. त्या रस्त्यानं थोडं अंतर गेलं, की उजव्या बाजूला जे प्रवेशद्वार आहे, त्यावर पाटी आहे : 'रेसकोर्स नंबर वन.' तिथून आत प्रवेश केला की, त्या उंच वृक्षराईतून जरा पुढं जायचं आणि डाव्या हाताला वळलं की; 'रेसकोर्स नंबर एक'ची पहिली इमारत नजरेत भरते - जणू काही दोन इमारतींमध्ये भंगलेली अशी ती संलग्न इमारत भासते. त्या दोन्हींना जोडणारा एक भव्य पोर्च आहे. त्या इमारतीच्या दोन्ही बाजूंना ताटव्यांनी बंदिस्त झालेली सदैव हिरवट दिसणारी हिरवळ आहे. त्या इमारतीत यशवंतराव चव्हाण यांचं बावीस वर्षं वास्तव्य होतं.

मला जेव्हा साहित्य अकादमी ॲवॉर्ड मिळालं, तेव्हा मी साहेबांना फोन केला. त्यावेळी ते गृहमंत्री होते. साहेबांचे खास सचिव डोंगरे यांनी मला परत फोन केला.

"तुम्ही सायंकाळी सात वाजता साहेबांना

भेटायला या, असं साहेबांनी सांगितलंय.''

तसं पाहिलं, तर साहेब आणि मी अनेक वेळेला एका व्यासपीठावर येऊन गेलो होतो. आमचा परिचय झाला होता.

मी माझ्या आयुष्यात दोनच वक्त्यांची भीती बाळगलेली आहे : एक जगजीवनराम बाबू आणि दुसरे साहेब. व्यासपीठावर यापैकी कोणी असतं, त्यावेळी मी माझ्या भाषणाची काळजीपूर्वक तयारी करीत असे. वाटत असे की, आज आपण हा फड जिंकावा. दोघे वयानं मोठे. मी तरुण. ही जिद्द माझ्या मनात असे. पण माझं भाषण संपताच साहेब किंवा जगजीवनरामबाबू असोत, ते साऱ्या वातावरणाला असं वेगळं वळण लावत, अंतर्मुख करीत की; त्यामुळे मी कुठंतरी पार कोपऱ्यात पडलेला असे. भाषण करताना साहेबांचा समतोलपणा, संयम, त्या विषयाचा अभ्यास इतका गाढा असे की, त्यामध्ये विचारवंतानं हरवून जावं. हे साहेबांचं विचारसामर्थ्य होतं. शब्दसामर्थ्य होतं...

तर मी सांगत होतो काय? मला अकादमी ॲवॉर्ड मिळालं आणि ठरल्या वेळी मी साहेबांच्या बंगल्यावर गेलो. पोर्चमध्ये माझी टॅक्सी उभी राहिली. उजव्या बाजूच्या इमारतीत श्री. डोंगरे उभे होते. आतल्या हॉलमध्ये कसली तरी मीटिंग चालू होती.

डोंगरे मला म्हणाले,

''तुम्ही आत बंगल्यात चला.''

साहेबांच्या मुख्य बंगल्यात मी जाऊन बसलो. हातात 'स्वामी'ची कॉपी होती. पाठोपाठ चहा घेऊन एक सेवक आला. माझ्यासमोर त्यानं चहा ठेवला. मी मनातून बेचैन झालो होतो. चहा घेत होतो आणि त्याच वेळी साहेब आत आले.

मी उठून, वाकून साहेबांना नमस्कार केला.

आपल्या हास्यवदनानं, जणू काही जुना मित्र असावा, अशा थाटात त्यांनी माझ्या पाठीवर हात ठेवला.

माझ्या हातातली 'स्वामी' कादंबरी मी त्यांना दिली. त्यांनी ती घेतली. ते हसले. माझ्या समोरच ठेवलेल्या चहाच्या ट्रेजवळ त्यांनी ते पुस्तक ठेवलं आणि ते म्हणाले,

''जरा थांबा हं. मी आलो.''

- आणि आपल्या शय्यागृहात ते निघून गेले.

मी त्यांची वाट पाहत होतो. काही क्षणांनी ते परत आले, तेव्हा त्यांच्या हातांत 'स्वामी'ची दुसरी प्रत होती. ती माझ्या हाती देत ते म्हणाले,

''देसाई, तुमची 'स्वामी' मी वाचलेली आहे. आज तुम्हाला अकादमी ॲवॉर्ड मिळालेलं आहे; याचा मला अत्यानंद झाला आहे. या कामांच्या व्यापातून मला त्या

समारंभाला येता आलं नाही. याबद्दल गैरसमज करून घेऊ नका.''

साहेब शांतपणे आपल्या समोरच्या खुर्चीवर बसले. माझ्याकडे पाहत हसून म्हणाले,

''देसाई, अकादमी अ‍ॅवॉर्ड मिळालं, याबद्दल तुम्हाला काय वाटतं?''

मी म्हणालो.

''साहेब, समाधान वाटतं. यशाचं नव्हे, पण घेतलेल्या कष्टाचं.''

साहेब हसले, मला म्हणाले,

''देसाई, मी दिल्लीत असेन; पण माझं हृदय महाराष्ट्रात गुंतलेलं असतं. तुम्ही मिळवलेल्या यशाचं मला कौतुक आहे; पण त्या यशानं हुरळून जाऊ नका. एखादा मनुष्य टेकडी चढतो. डोंगर चढतो आणि त्याला वाटतं, की 'आपण हिमालयाचं शिखर गाठलं.' ते खरं नसतं. तुम्ही केव्हाही या यशावर तृप्त राहू नका. तुम्ही यापेक्षा मोठं कार्य करावं, असं मला वाटतं. लहान वयात यश मिळालं, की कित्येक वेळेला माणूस वाया जातो, हे मी पाहत आलो आहे. तुम्ही त्याला बळी पडू नका.''

साहेब उठले. 'गंगा' त्यांनी हाक मारली. साहेबांचा एक निष्ठावंत सेवक गंगा तबक घेऊन पुढं आला. त्यामध्ये एक हार. मला आजही आठवतो, तो मोगरीचा हार आणि एक पुष्पगुच्छ होता.

ते पाहताच मी भारावून उठलो.

साहेबांनी तो हार उचलला आणि माझ्या गळ्यात घालण्यासाठी हात पुढं केले. मी तो हार मधेच पकडला आणि साहेबांचे चरणस्पर्श करीत म्हणालो,

''साहेब, या उपचारांसाठी मी इथं आलो नाही.''

साहेब नेहमीच्या हास्यवदनानं म्हणाले,

''देसाई, तुमचा जेव्हा मला फोन आला, तेव्हा मी सातची वेळ दिली. याचं कारण एकच आहे, माझ्या घरामध्ये तुम्हाला बोलवावं, तुमचं कौतुक करायला मिळावं, असं मला वाटलं. पण या राज्यकारभारामुळे सातपर्यंत मला उसंतच नव्हती.''

साहेबांना वंदन करून मी तिथून निघून आलो.

ती भेट आमची जवळीक ठरली. त्यानंतर आमचा अनेक ठिकाणी अनेक वेळेला परिचय वाढत गेला. 'स्वामी'नंतर मी 'श्रीमान योगी' लिहिली. श्री. बाळासाहेब देसाई ही 'श्रीमान योगी'च्या पाठीमागची प्रेरणा होती. बाळासाहेबांच्या आग्रहास्तव यशवंतरावजी मुंबईला आले आणि यशवंतरावांनी माझ्या हाती सोन्याचं कडं घातलं. समारंभ संपला.

यशवंतरावजी मला म्हणाले,

"देसाई, आज तुमचा मोठा सन्मान झालाय, पण या सन्मानानं विचलित होऊन जाऊ नका. तुम्हाला पुष्कळ मोठं व्हायचं आहे."

ज्या ज्या वेळी मला यश मिळत असे, त्यावेळी माझी पावलं जमिनीशी खिळवून ठेवायला साहेब कारणीभूत होत असत. ही वृत्ती सांगण्यापुरतीच नव्हती, ती त्यांच्या आचरणातही होती.

इचलकरंजीला साहित्य संमेलन भरलं होतं. मी त्याचा स्वागताध्यक्ष होतो. अध्यक्ष होते पु. ल. देशपांडे. त्यांनी अट घातली होती, की

'साहित्य संमेलनाच्या व्यासपीठावर कुठलाही मंत्रीसंत्री मला चालणार नाही.'

इचलकरंजीमध्ये यशवंतरावजींना अतिशय मान्यता. या संकटातून कसं बाहेर पडावं, याची चिंता आम्हाला लागली होती. अध्यक्षांनी तर सांगितलं,

"कोणी तुमचे मंत्री येवोत अथवा न येवोत, संमेलन साडेचार वाजता सुरू होणार."

ही आणखीन एक धास्ती. या सर्व नियमांमुळे स्वागताध्यक्ष या नात्यानं माझ्यावर पुष्कळ दडपण आलं होतं.

आयको स्पिनिंग मिलचा पायाभरणी-समारंभ आटोपून यशवंतरावजी डेक्कन स्पिनिंग मिलवर येणार होते. हार घेऊन मी डेक्कन स्पिनिंग मिलच्या दारात उभा होतो. साहेब दीड वाजता आले. मी पुढं झालो आणि म्हणालो,

"स्वागताध्यक्ष या नात्यानं मी हा हार आपल्याला घालत आहे."

साहेबांनी हार स्वीकारला. ते आपल्या नेहमीच्या हास्यवदनानं मला म्हणाले,

"रणजित, मला सर्व ठाऊक आहे. मी इथं आलो, तो साहित्याचा प्रेमी म्हणून. तेव्हा मी कुठं बसतो, याची चिंता तुम्ही करू नका."

स्वागताध्यक्ष या नात्यानं माझ्या माथ्यावरचा सारा भार उतरला होता. तरीही एक पाल चुकचुकत होती.

मी सांगितलं,

"साहेब, एक विनंती आहे. साडेचारला संमेलन सुरू होतंय. त्या आधी आपण यावं, असं मला वाटतं."

साहेब म्हणाले,

"काही काळजी करू नका. मी सर्व गोष्टी पाळीन."

- आणि आश्चर्य! बरोबर सव्वाचार वाजता यशवंतरावजी साहित्य संमेलनाच्या मांडवामध्ये हजर झाले. कार्यक्रम सुरू होण्याआधी ते मला म्हणाले,

"रणजित, असा सुखसोहळा पाहण्याचं भाग्य कोण सोडेल? ते मी डोळे भरून पाहीन; पण मला असं वाटतं, की तुम्ही सर्व साहित्यिकांनी हा कार्यक्रम

झाल्यानंतर माझ्याकडे यावं.''

मी त्यांना 'हो' म्हणालो.

साहित्य संमेलनाचं उद्‌घाटन झालं. सोहळा पार पडला. मी सर्व साहित्यिकांना यशवंतरावजींचं आमंत्रण दिलं होतं. आमच्या जाण्याची व्यवस्था केली होती, त्यानुसार सारे साहित्यिक डेक्कन स्पिनिंग मिलवर गोळा झाले.

साहेबांच्या बरोबर जेवण झालं.

नंतर मी साहेबांना म्हणालो,

''साहेब, आता आपली बैठक खाली मांडू या.''

साहेबांनी त्याला होकार दिला. तातडीनं पलीकडच्या हॉलमध्ये जमखाने मांडले गेले. लोड आणले गेले. आम्ही सारे तिथं गेलो. आमच्या बैठकीत कवी बा. भ. बोरकर, पाडगावकर, महानोर, इत्यादी सारे साहित्यिक होते. कवी अनिल हेही होते. कोणी कविता वाचत होतं. कोणी कविता म्हणत होतं. गप्पांची मैफल रंगत होती. यशवंतरावजी हे कोणी मंत्री आहेत, याचंही भान कोणाला राहिलं नव्हतं. तेही या मैफलीत संपूर्ण सहभागी झालेले होते.

अध्यक्षपदाची कामं आटोपून श्री. पु. ल. देशपांडे सुनीताताईंसह बाराच्या सुमारास तिथं आले. सोन्याला सुगंध यावा, तसं त्यांचं आगमन झालं. आम्ही सर्वांनी भाईंना (पु.ल. देशपांडे) काहीतरी म्हणण्याचा आग्रह केला आणि पु.ल. देशपांड्यांनी 'जोहार मायबाप' हा अभंग म्हटला आणि त्या बैठकीची सांगता झाली.

काही न बोलता यशवंतरावजींनी आम्हा सर्वांचा निरोप घेतला.

गेल्या वीस वर्षांमध्ये साहेबांच्या सहवासात आलेल्या अनेक आठवणी आज मनात दाटून येतात. त्या साऱ्याच लिहायच्या झाल्या, तर त्याला मर्यादा राहणार नाही. साहेबांचा माणुसकी जपण्याचा जिव्हाळा फार विलक्षण होता.

मला पद्मश्री मिळाली. दिल्लीला गेलो, की 'रेसकोर्स नंबर एक' हे मी कधीही विसरलो नव्हतो. पद्मश्री मिळाली. सोहळा संपला. मी सरळ साहेबांच्या बंगल्यावर गेलो. त्यावेळी ते संरक्षणमंत्री होते. आता 'अपॉईंटमेंट' किंवा 'रिवाज' याची गरज राहिली नव्हती. मी सरळ साहेबांच्या 'एक रेसकोर्स' रोडवर गेलो. साहेबांचे सचिव डोंगरे यांना मी आल्याचं सांगितलं. ते कुठल्या तरी तातडीच्या मीटिंगमध्ये गुंतले होते. टेलिप्रिंटरवरून येणारी भेंडोळी, त्यांची कात्रणं वाचत होते.

मी त्यांच्या बंगल्यात जाऊन बसलो. पद्मश्रीचं यश माझ्या डोक्यात चढलेलं होतं आणि त्याच वेळी अंगामध्ये काळी शेरवानी, डोईला गांधी टोपी आणि स्वच्छ

पांढरं धोतर परिधान केलेली यशवंतरावजींची मूर्ती आत आली. मला पाहताच ते म्हणाले,

"रणजित, आय ॲम सॉरी. मी फार कामात आहे."

मी म्हणालो,

"साहेब, हे मी जाणतो. मी जातो."

"छे! बिलकुल जायचं नाही." म्हणत साहेबांनी गंगाला हाक मारली. गंगा येताच त्यांनी त्याला सांगितलं. "आत सांग. मी बोलावलंय म्हणून."

- आणि काही क्षणांत वेणूताई बाहेर आल्या. साहेबांनी माझी ओळख करून दिली आणि सांगितलं,

"आज रणजित इथं जेवणार आहे."

माझ्याकडे वळून ते म्हणाले," रणजित, मी जातो. नंतर भेटेन तुम्हाला."

-आणि मी काही बोलायच्या आत साहेब निघून गेले. उरलो होतो मी आणि वेणूताई.

डोक्यावर पदर घेतलेल्या. शांत, सालस अशा त्या वेणूताईंकडे मी पाहत होतो. जणू काय मी पूर्वपरिचित आहे, अशा थाटामध्ये त्या माझ्याशी बोलत होत्या. मी कुठं राहतोय, गाव बेळगावपासून किती लांब आहे, माझ्या घरामध्ये किती जनावरं आहेत याची त्या चौकशी करीत होत्या.

आपल्या साऱ्या संभाषणात त्या बाईंनी कधीही माझ्या वैयक्तिक जीवनाची चौकशी केली नाही. मी मात्र साऱ्या गोष्टी सांगत होतो. मोकळेपणानं बोलत होतो. मधूनच केव्हातरी उठून त्या आत जात, नंतर बाहेर येत.

दहा वाजून गेले आणि यशवंतरावजी आले. आपल्या शय्यागृहात जाऊन त्यांनी कपडे बदलले. बाहेर आले, तेव्हा फक्त पांढरेशुभ्र बनियन आणि धोतर एवढाच त्यांचा वेश होता. साहेब आल्यावर वेणूताई आत निघून गेल्या. साहेबांची जेवणाची वेळ नऊ वाजताची. पण आता साडेदहा वाजायला आले होते. आम्ही जेवलो. मी म्हटलं,

"साहेब, मी येतो आता."

हसून त्यांनी विचारलं,

"देसाई, अशा रात्री कुठं जाता?"

"मी करोल बागेमध्ये बंडोपंत सरपोतदारांकडे उतरलो आहे."

"म्हणून काय झालं? हे घर का परकं आहे? तुम्ही आज इथंच झोपा."

"पण साहेब, माझे कपडे -"

साहेब हसले. ते म्हणाले,

"कपडे कशाला लागतात, मी माझं धोतर देतो ना!"

- आणि त्या रात्री माझा मुक्काम रेसकोर्स नंबर एकवर पडला. एवढ्या मोठ्या माणसाच्या घरी मी प्रथमच राहत होतो.

रात्री तीनच्या सुमारास मला अचानक जाग आली. माझ्या बाहेरच्या खोलीमध्ये कुणाची तरी वर्दळ ऐकू आली.

मी माझ्या खोलीचं दार उघडलं, तर साहेबांचा नोकर जात होता. मी विचारलं,

"काय झालं?"

तो म्हणाला,

"साहेब तीन वाजता उठतात. वाचत असतात."

ते ऐकून मी थक्क झालो. परत माझ्या खोलीत जाऊन झोपलो.

सकाळी साडेसातच्या सुमारास मुखप्रक्षालन करून मी बाहेर आलो, तो साहेब फायलींचा गठ्ठा बघत बसले होते. दोन सेक्रेटरी त्यांच्या बाजूला उभे होते. मला त्यांनी विचारलं,

"देसाई, झाली झोप?"

"हो!" मी म्हणालो.

साहेबांनी आपल्या हातांतली फाईल क्षणभर बाजूला ठेवली. सेक्रेटरीला म्हणाले,

"एक्सक्यूज मी." ते बिचारे तसेच ताटकळत उभे राहिले.

नंतर सेवकानं चहा आणेपर्यंत ते माझी चौकशी करीत होते. चहा घेत असता मी त्यांना विचारलं,

"साहेब, आपण तीन वाजता उठता?"

कधीही मोकळेपणानं न हसणारे साहेब मोकळेपणानं हसले. म्हणाले, "देसाई, तुम्ही नशीबवान आहात. दुर्दैवानं कधी मंत्री झालात, तर तुम्हालाही कळेल."

अलीकडे दीड महिन्यापूर्वी मी नेपाळला जाणार होतो. साहेबांनी पत्र लिहिलं, की नेपाळला जाताना थोडी सवड काढून या. मी आणि माझी पत्नी माधवी नेपाळ प्रवासाला जाणार होतो. साहेबांना आम्ही तारीख कळवली. औरंगाबादहून आम्ही विमानानं दिल्लीला पोहोचलो. एक वाजायच्या सुमारास आम्ही 'रेसकोर्स नंबर एक'वर पोहोचलो. आम्ही गाडीतून उतरलो, तो दाराशीच यशवंतरावजी उभे होते. आम्हाला पाहून त्यांना फार आनंद झाला. आम्ही त्यांना वंदन करण्याआधीच ते म्हणाले,

"नमश्कार."

साहेब कधी नमस्कार म्हणत नसत. ते नेहमी नमश्कार म्हणत.

आम्ही त्यांना वंदन करून घरामध्ये प्रवेश केला. आपल्या मुलाची आतुरतेनं

वाट पाहावी, एवढं अगत्य त्यांच्या नजरेत होतं. त्यांनी आमची सारी व्यवस्था सज्ज ठेवली होती.

आम्ही सात दिवस त्या घरात राहिलो होतो. साहेबांच्या हाती आता कुठली सत्ता नव्हती. कुठलं मंत्रिपद नव्हतं. साऱ्या राष्ट्राचं अर्थखातं, परराष्ट्रखातं, गृहखातं, संरक्षणखातं हे सारे सन्मानानं जपणारा हा माणूस त्या 'रेसकोर्स रोड, नंबर एक'च्या बंगल्यात एकाकी, शांतपणे बसलेला आम्हाला दिसत असे. मंत्रिपद हरवल्यानंतर वैतागलेले अनेक मंत्री पाहिलेले आहेत. पण साहेबांच्या शांत वृत्तीमध्ये कुठंही बदल पडलेला मला त्या सात दिवसांत दिसला नाही. घरच्या नातेवाइकांसारखे आम्ही त्या घरात वावरत होतो. परकेपणाचा भासही तिथं होत नव्हता. एक पितृछत्र लाभल्याचा आनंद आम्ही उपभोगत होतो.

साहेबांचं वाचन प्रचंड होतं. इंग्रजी साहित्याबरोबरच मराठी साहित्याचा त्यांचा परिचय फार मोठा होता. नव्या लेखकाचं पुस्तक ते आवर्जून वाचत असत. साहित्यावरच्या आमच्या चर्चा खूप रंगत असत. कित्येक वेळेला न कळत तो ओघ राजकारणाकडेही वळे. एकदा वसंतदादांचे आणि त्यांचे मतभेद झाले होते. शरद पवार हेही दुसऱ्या वळणावर गेले होते. त्याबद्दल बोलताना साहेब मला म्हणाले,

"वसंतरावांसारखा सहकार जाणणारा माणूस मला दुसरा माहीत नाही. शरद पवारांची निष्ठा अजोड आहे. महाराष्ट्राबद्दलचं प्रेम, महाराष्ट्रावरची सत्ता कोणाची आहे, हा प्रश्न नाही. पण ती माणसं किती योग्यतेची आहेत, हे महत्त्वाचं आहे. महाराष्ट्राची मला काळजी वाटत नाही. वसंतदादा, शरद पवार यांच्यासारखी देशप्रेम करणारी माणसं जोवर आहेत, तोवर महाराष्ट्राला कसलीही भीती नाही, हे लक्षात घ्या. पंथ, जाती, धर्म यापेक्षा मी माणसाचं मोल अधिक मानतो. पंडितजींचं सेक्युलर स्टेटचं स्वप्न होतं. ते या देशात साकार व्हायचं झालं, तर ते ध्येय आणि ती दृष्टी बाळगणारी माणसं आज हवी आहेत."

मी विचारलं,

"पंडितजींबद्दल तुमचं काय मत आहे?"

"पंडितजींनी मला फार जिव्हाळ्यानं वागवलंय."

एकदम त्यांना काहीतरी आठवलं. ते म्हणाले,

"रणजित, मी एकच आठवण सांगतो. त्या वेळेला मी डिफेन्स मिनिस्टर होतो. पण त्या खात्याचा एक सैनिक मला सदैव विरोध करीत असे. त्यामुळे मी त्रासलो होतो. त्या त्राग्यात एके दिवशी नेहरूंच्या नावे माझा संरक्षण मंत्रिपदाचा राजीनामा खरडला आणि तो नेहरूंच्या हाती जाण्याची व्यवस्था केली. नेहरूंनी मला रात्री नऊला बोलावलं. मला वाटलं, पंडितजी आता माझा राजीनामा स्वीकारणार.

मी त्या तयारीनंच तिथं गेलो. नेहरूंच्या भेटीला जाताना लिफ्ट मधेच बंद पडली. अर्धा पिंजरा मजल्याच्या वर, अर्धा खाली, अशा अवस्थेत मी अडकलो. पळापळ सुरू झाली. पंडितजींना हे कळलं. ते धावत खालच्या मजल्यावर आले. मी पंडितजींना पाहत होतो. पंडितजी मोठमोठ्यानं हसत होते. पंडितजींना एवढं मोठ्यानं हसताना मी कधी पाहिलं नव्हतं. सेवक पळत होते. शेवटी एकदाची लिफ्ट सुरू झाली. पंडितजी आणि मी त्यांच्या चेंबरमध्ये गेलो. काही क्षणांपूर्वी मला लिफ्टमध्ये अडकलेला पाहून खळखळून हसणारे पंडितजी... त्यांनी दरवाजा बंद केला. त्यांच्या चेहऱ्यावरचं हास्य लोपलं. गुलाबासारखा चेहरा सूर्यबिंबासारखा लाल झाला. आपल्या शेरवानीच्या खिशातून माझ्या राजीनाम्याचा कागद माझ्या तोंडासमोर फडकवत ते म्हणाले,

"ये क्या बदतमीजी है? ये क्या करते हो? मला राजीनामा पाठवतो? कशासाठी?..."

मी त्यांना सांगितलं.

ते हसून म्हणाले, "मूर्ख आहेस. तो ऑफिसर आहे ना, जो तुला त्रास देतो, त्याला संरक्षणमंत्री व्हायचं होतं. म्हणून मी त्याला तुझ्या हाताखाली घातलं. तू मला सांगितलं असतंस तर मी सारं निभावून नेलं असतं. पण यापुढं असा राजीनामा पाठविण्याचा खुळेपणा करू नकोस." त्यांनी तो राजीनाम्याचा कागद माझ्यादेखत टराटर फाडला आणि माझ्या तोंडावर फेकत ते म्हणाले, "असा मूर्खपणा परत करू नको..." असे होते पंडितजी.

अशा अनेक आठवणी त्या सात दिवसांत साहेबांच्या तोंडून मला ऐकायला मिळाल्या. त्या सात दिवसांमध्ये आम्ही दिल्लीमध्ये कुठंही फिरलो नाही. फक्त साहेबांच्या सहवासात होतो. पूर्वीच्या काळी सदैव असणारा गजबजाट तिथं नव्हता. त्या सात दिवसांमध्ये कोणीही त्यांच्या भेटीला आलेलं मी पाहिलं नाही. भारताच्या एका इतिहास-पर्वामध्ये गाजलेला हा माणूस, ज्याच्या घरामध्ये क्षणाचीही उसंत नसे, समोरच्या हॉलमध्ये सदैव टेलिप्रिंटरचा आवाज खटखटत असे, ते सारं घर एकदम शांत होतं. साहेब तेवढ्याच शांतपणे त्या घरात राहत होते. जसं काही घडलंच नाही, असं...

ते असं वावरत असताना आम्हाला मात्र त्यांचं एकाकीपण जाणवत होतं. वेणूताई गेल्यापासून तर साहेब भलतेच हळवे झाले होते. ज्या माणसानं आजवर अनेकांचे दु:खाश्रू पुसले, त्यांना धीर दिला, त्या माणसाला स्वत:च्या दु:खावर मात करायला ताकद नसावी! राजकारणातलं सारं यश आणि अपयश या माणसानं स्थितप्रज्ञासारखं पचविलं. डोंगरेंसारखा साथीदार, पुतण्या यांच्या मृत्यूचा आघात

त्यांनी कसाबसा सोसला; पण वेणूताईंच्या मृत्यूनं ते पार खचून गेले. त्यांचं जीवन उजाड बनलं. वेणूताईंचं नाव जरी काढलं, तरी त्यांच्या डोळ्यांत अश्रू उभे राहत.

अशाच एका भारावल्याक्षणी मी त्यांना विचारलं,

"साहेब, लक्ष्मणशास्त्री जोशी, रसिकभाई शहा, रामभाऊ जोशी, नरूभाऊ लिमये यांच्यासारखी माणसं तुम्हाला जपत असतात. तुम्हाला एकाकीपण एवढं का जाणवावं?"

साहेब खिन्नपणे हसले. म्हणाले,

"अशा मित्रांच्या संगतीनंच मी जगलो. वाढलो. रणजित, मी तुला सांगतो, मी कधीही कुणाचा द्वेष केला नाही. आमचे मतभेद झाले, त्यावेळी नरूभाऊंनी माझ्यावर उदंड टीका केली. ती टीका माझ्यावर वैयक्तिक नव्हती. ती आमच्यातल्या मतभेदांवर होती. त्यामुळे नरूभाऊंसारखे अनेक टीकाकार माझे मित्रच राहिले. माझं जीवन किती आहे, हे मला माहीत नाही; पण एकच सांगावंसं वाटतं, स्तुतीपेक्षा टीकेकडे अधिक लक्ष द्या. जेव्हा टीका होते, तेव्हा नेहमीच त्यात द्वेष भरलेला असतो, असं नव्हे. त्यात प्रेमही लपलेलं असतं. कदाचित त्यातून आपल्याला आपली चूक कळून येते. सुधारण्याची संधी मिळाली, तर सुधारता येते."

आता साहेब गेले! एक पितृछत्र हरवल्याची जाणीव आज होते आहे.

आता 'रेसकोर्स' राहिलेलं आहे -

'नंबर एक' कायमचा हरवला आहे.

ती गद्य-पद्याची संगत

बाळासाहेब खर्डेकरांची आठवण झाली, की त्यांचा तो प्रेमळ सहवास मला आठवतो. त्यांनी मला दिलेलं ते निरपेक्ष प्रेम आठवतं. पण यापेक्षा त्यांनी माझ्या मनात जे घर केलं आहे, ते एक व्यासंगी साहित्यिक या नात्यानं.

बाळासाहेब माझे नातेवाईक खरे. पण 'त्या' नात्यापेक्षा 'त्या' नात्याचं मला अप्रूप वाटतं.

कोल्हापूरला मी शिकत होतो. मी भाग्यवान म्हणण्यापेक्षा ती आमची पिढीच अशी भाग्यवान, की एकापेक्षा एक अशा व्यासंगी आणि थोर व्यक्ती आम्हाला गुरुजन म्हणून लाभल्या. नुसत्या गुरुजनांचं स्मरण जरी करतो म्हटलं, तरी अनेक व्यक्ती नजरेसमोर येतात. त्यांच्याविषयीची कृतज्ञता जागी होते.

आर. सदाशिव अय्यर हे असेच एक प्राध्यापक. त्यांनी मला शेक्सपीअर शिकविला. नुसता शिकवलाच नाही, तर अनेक वेळा पारायणं करायला लावली. म्हणूनच आजही माझ्या मनात शेक्सपीअरनं आणि तो शिकवणाऱ्या आर.सदाशिव अय्यर यांनी एक वेगळं स्थान निर्माण केलं आहे.

अय्यर सरांची एक आठवण सांगण्यासारखी आहे -

मी ज्या साईक्स एक्स्टेंशनमध्ये राहत होतो, त्याच भागात आमच्या अय्यर सरांचंही वास्तव्य होतं. रेल्वे लाईनवरून मी फिरायला निघालो, की नेहमी त्यांची भेट होत असे. त्यांच्याबरोबर फिरायला जाण्यातही विलक्षण आनंद असायचा.

ते भेटले, की संभाषणाची सुरुवात करीत ती–

"कम ऑन, मिस्टर देसाई."

मग मी त्यांच्याबरोबर फिरायला जात असे.

एके दिवशी आम्ही फिरत असताना ते म्हणाले,

"मि. देसाई, आय वुईल टेल ऑथेल्लो."

आणि त्यांनी ऑथेल्लोविषयी बोलायला सुरुवात केली.

त्यांनी मला समजावून दिलेला ऑथेल्लो आजही आठवतो. सारा शेक्सपीअर त्यांनी समजावून सांगितला. यात अय्यर सरांचं प्रेम होतं. जिव्हाळा होता. आपुलकी तर होतीच होती.

ते गप्पांच्या ओघात असेच एकदा म्हणाले,

"तू आनातोले फ्रान्स वाच."

पण त्याचं काय झालं? आमचं शिक्षण इंटरला थांबलं खरं; पण माझ्या डोक्यातून 'आनातोले फ्रान्स'चं खूळ काही जाईना. मी कोल्हापुरातली अनेक ग्रंथालयं धुंडाळली. पण आनातोले फ्रान्स काही मिळालं नाही.

पुढं मला कागलच्या गोखले कॉलेजमध्ये 'आनातोले फ्रान्स' असल्याचं कळलं.

गोखले कॉलेजची नुकतीच स्थापना झालेली होती. बॅ. बाळासाहेब खर्डेकर यांच्या व्यासंगी वृत्तीमुळे गोखले कॉलेजचं वाचनालय समृद्ध झालं होतं. बाळासाहेबांना मी 'काका' म्हणत असे.

मी खर्डेकरकाकांकडे गेलो. वास्तविक मला पुन्हा कॉलेजला जायचं नव्हतं. वाचायचं होतं, फक्त आनातोले फ्रान्स. मी माझी भूमिका खर्डेकरकाकांना समजावून सांगितली. ते मला म्हणाले,

"हे बघ रणजित, आमच्या बोर्डिंगमध्ये असे नुसते पुस्तकं वाचणारे विद्यार्थी घेता येणार नाहीत. तेव्हा तू कॉलेजमध्ये इंटरला नाव घाल. मग राहा तू बोर्डिंगमध्ये आमच्या फी भरून- आणि जे काही तुला वाचायचं असेल, ते वाच."

काकांच्या बोलण्यानं मला खूप बरं वाटलं. पुस्तकं वाचण्यासाठी म्हणून कॉलेजात इंटरमध्ये नाव घातलं.

मी बोर्डिंगमध्ये राहत होतो आणि गोखले कॉलेजच्या ग्रंथालयाचा भरपूर आस्वाद घेत होतो. खर्डेकरकाकांसारखी निष्ठेनं आणि त्यागी वृत्तीनं शिक्षणसंस्था

चालवणारी माणसं विरळाच!

आमच्या कॉलेजपासून दीड-दोन मैलांवर घोड्याची पागा होती. त्या पागेत आमचं बोर्डिंग होतं. तिथं मी राहत होतो. कॉलेजचा आणि माझा संबंध होता तो, फक्त नाव घालण्यापुरता.

मी सकाळी उठून ग्रंथालयात जात असे. 'आनातोले फ्रान्स' वाचत असे.

संध्याकाळी कॉलेज सुटल्यावर खर्डेकरकाका मला बोलावून घेत. मग ते आणि मी तलावाच्या बांधावरून फिरायला जात असू. फिरताना ते मला कीटस बायरन, वर्डस्वर्थच्या कविता समजावून सांगत.

अय्यर सरांसारखंच त्यांनी माझ्यावर प्रेम केलं. ते एकापाठोपाठ एक कविता म्हणायचे. एकेक कवी त्यांनी मला समजावून सांगितला आणि कवितेची गोडी माझ्या मनात निर्माण केली. एका बाजूनं आर. सदाशिव अय्यर यांनी शेक्सपीअर समजावून सांगितला, तर दुसऱ्या बाजूनं खर्डेकरकाकांनी कीटस, बायरन यांचा परिचय करून दिला.

किंचित स्थूल, तोंडात चिरूट असलेले काका मला आजही आठवतात.

या दोघांनी माझी गद्य-पद्याशी संगत जडविली आणि माझं साहित्यिक जीवन समृद्ध केलं- याचा कधी विसर पडेल का? खरंच, कधीच विसर पडणार नाही.

...आणि तानपुरा मस्त जुळला

त्यावेळी मी माझ्या जीवनातल्या एका अत्यंत वाईट घटनेमुळे व्याकूळ झालो होतो. माझं हे दु:ख मी कुणापाशी बोलू शकत नव्हतो. दु:ख आतल्या आत दाबून माझे दैनंदिन व्यवहार सुरू होते. 'जगावं, की मरावं' हा विचारही मनात येऊन जात होता. कोवाड या माझ्या गावीच मी त्यावेळी राहत होतो. कोवाडला येण्यासाठी त्यावेळी आजच्यासारखा सुलभ रस्ताही नव्हता. गावाशेजारून वाहणाऱ्या नदीवर त्यावेळी पूलही नव्हता.

पावसाळ्याचे दिवस. पाऊस धो-धो कोसळत होता. नदीला नुसतं उधाण आलं होतं. कोवाडला यायचं झालं, तर डोणातून यावं लागत होतं. डोण म्हणजे दोन जोडनावा.

दुपारची वेळ. जेवण करून मी नुकताच अंथरुणावर पडलो होतो.

इतक्यात माझा नोकर सांगत आला,

"दादासाब, तुमच्याकडं कोन तरी आलंय."

झोपमोड झाल्यामुळे मी वैतागलो होतो. 'झोपलेत, म्हणून त्यांना सांग जा.' मी सांगितलं.

अशा भेटायला येणाऱ्या माणसांची

मला चांगली सवय झाली होती. कुठलं तरी व्याख्यानाचं आमंत्रण नाही तर उद्घाटन. त्यांनी थोडं बसायला हरकत नव्हती. म्हणून मी सांगितलं.

"त्यांना चहा-पाणी दे आणि झोपलेत म्हणून सांग."

नोकर निघून गेला. थोड्याच वेळात परत धावत आला. म्हणाला,

"पाव्हण्यांनी तुम्हाला उठवायला सांगितलंय."

आता मात्र मी वैतागलो. मनातल्या मनात चडफडत चिडून म्हणालो,

"असा कोण मातब्बर पाहुणा आलाय की, मला उठवायला सांगतो."

मी अर्धवट झोपेतच गॅलरीत आलो.

पाऊस पडतच होता. मी खाली पाहिलं.

कुमार गंधर्व खाली उभे होते.

आपण काय पाहतोय हेच मला कळेना.

कुमारजींनी खालूनच विचारलं,

"रणजित, येऊ का?"

कुमारजी 'मी येऊ का' म्हणूनच विचारताहेत. हे दृश्य मला कससंच वाटत होतं. माझी चीड, राग सारा जागच्या जागी थिजून गेला होता. गर्व खलास झाला होता. मी कुमारजींना म्हणालो,

"कुमारजी, माझं घर तुम्हाला केव्हापासून परकं वाटायला लागलं? देव जेव्हा दाराशी येतो, तेव्हा तो 'येऊ का' म्हणून भक्ताला कधी विचारतो का? आणि हे घर माझं नाही, कुमारजी. घर तुमचं आहे."

पावसात भिजत कुमारजी मला भेटायला आले होते. विजार भिजली होती. लाल मातीनं ती खराबही झाली होती.

कुमारजी विजार सावरत आत आले. बाथरूममध्ये जाऊन हात-पाय स्वच्छ धुवून आले. मला वाटलं, माझी मनःस्थिती त्यांना ठाऊक झाली असावी. त्याविषयी विचारपूस करावी, म्हणून कदाचित ते आले असावेत. माझ्या सुख-दुःखाविषयी ते काहीतरी बोलतील, असं वाटलं.

माझ्या घरची एक वर्षानुवर्षाची रीत आहे आणि आजपर्यंत ही रीत पाळली गेली आहे. घरी आलेल्या पाहुण्याकडं मी सहसा लक्ष देत नाही. तो पाहुणा आपल्याला काय हवं, काय नको, ते नोकराला सांगतो व आपली सोय करून घेतो. किंबहुना तो पाहुणा नसतो. माझ्या घरचाच तो एक असतो.

कुमारजींना ही माझ्या घरची रीत पूर्ण परिचयाची होती. आल्या-आल्या त्यांनी माझ्या नोकराला आपला जेवणाचा बेत सांगितला. नंतर तडक माझ्या खोलीत आले.

मी अंथरुणावर पडलो होतो. तळमळ सतत वाढत होती. कासावीस झालो होतो.

कुमारजी मला काय विचारणार? मी त्यांच्याशी काय बोलणार?

हा विचार मनात थैमान घालत होता. त्याच वेळी कुमारजी आत आले. मी उठण्याचा प्रयत्न करीत असतानाच त्यांचे शब्द कानांवर पडले.

"रणजित, तू उठू नकोस. झोप तू. अरे, तुझ्याकडे तानपुरा आहे ना रे?"

कुमारजींच्या विचारण्यानं मला घाम फुटला. कारण वाद्यांच्या बाबतीत कुमारजींसारखा शिस्तबद्ध माणूस दुसरा पाहिला नाही. त्यांच्यासमोर सहा महिन्यांत कधीही न काढलेला, तो तानपुरा कसा काढावा, या विचारानं मी पुरता बेचैन झालो.

मी त्यांना म्हणालो,

"कुमारजी, तानपुरा उघडून फार दिवस झाले. वर्षभरात कधी उघडून बघितलासुद्धा नाही."

कुमारजी म्हणाले,

"असू दे. आण. कसा आहे ते तर पाहू."

मी नोकराला हाक मारून तानपुरा काढायला सांगितला. त्यानं तो पुसून आणला. तारा गंजून गेल्या होत्या...

...माझ्या आयुष्याचंच जिथं खोबरं झालं होतं, तिथं त्या तानपुऱ्याची काय कथा!

कुमारजींनी तानपुरा पाहिला. त्या गंजलेल्या तारांकडे पाहत ते म्हणाले,

"झीरो नंबरचा पॉलिश पेपर आहे का?"

माझ्या सुदैवानं पॉलिश पेपर मिळाला.

कुमारजींनी पॉलिश पेपरनं तारा साफ करायला सुरुवात केली.

मी हे सारं दृश्य अंथरुणावर पडल्या पडल्या पाहत होतो.

जवारीसाठी दोरा आणला.

कुमारजींनी तानपुरा जुळवला. मोठ्या खुशीत येऊन म्हणाले,

"व्वा! व्वा !! काय मस्त तानपुरा जुळलाय रणजित. व्वा! मस्त!!

मी अनेक मैफली ऐकल्या होत्या. त्यामुळं हा तानपुरा कसा छान जुळला आहे, हे कळण्याइतकं संगीताचं ज्ञान मला निश्चित होतं.

तानपुरा छेडीत कुमारजी मला म्हणाले,

"रणजित, तुला देहाती भजनं आवडतात ना रे? मला ठाऊक आहे, तुला आवडतात."

कुमारजींच्या या बोलण्यानं माझा गळा दाटून आला होता. काय बोलावं, हे कळत नव्हतं. बेचैनी वाढत होती. मी फक्त 'हो' म्हटलं आणि क्षणाचाही विलंब न लावता कुमारजींनी स्वर लावला.

कुमारजींनी एकामागून एक भजनं म्हणायला सुरुवात केली. 'सुनता है गुरू

ग्यानी... शून्य गड शहर...'

मी पलंगावर पडल्या पडल्या ऐकत होतो.

चार-पाच भजनं झाली आणि जेवण तयार असल्याचं नोकरानं येऊन सांगितलं.

मी कुमारजींच्या बरोबर जाण्यासाठी उठू लागलो. तेवढ्यात ते म्हणाले,

''रणजित, तू उठू नको. तू झोप, मी येतो जेवण करून...''

कुमारजींना माझं घर परकं असं वाटत नव्हतंच.

मी अंथरुणावर पडल्या पडल्या रडत होतो. कुमारजींसारखा मोठा माणूस माझ्या घरी अशा धुंवाधार पावसात भिजत काय येतो? भजनं काय म्हणतो? सारंच विलक्षण!

या भेटीत त्यांनी मला माझ्या सुख-दुःखांविषयी एका अक्षरानंही विचारलं नाही.

कुमारजी जेवण करून आले.

''व्वा! जेवण तर अगदी मस्त झालं, रणजित.''

कसलं मस्त. कुणास ठाऊक! मिरचीचा खर्डा आणि पिठलं. हा कुमारजींच्या दृष्टीनं मस्त बेत होता.

कुमारजी म्हणाले,

''रणजित, पलीकडे टॅक्सी उभी आहे. बेळगावला आलो होतो. म्हटलं, तुला भेटून जावं... बरं आहे, येतो मी.''

मला काय बोलावं, कळत नव्हतं. डोळे पुसत मी कुमारजींच्या बरोबर बाहेर पडलो. नावेत बसलो. पैलतीरावर टॅक्सीजवळ आलो.

मला अश्रू आवरेनात. माझा हात हाती घेऊन कुमारजी म्हणाले,

''रणजित, या जगामध्ये कलाकारांना रडायला वाव नसतो. अश्रू ज्यांचे त्यांनाच गिळायचे असतात. समजलं? येतो मी.'

कुमारजी टॅक्सीत बसले. टॅक्सी सुरू झाली. एक वळण घेऊन ती पुढं निघून गेली.

मी मात्र बराच वेळ टॅक्सीकडे बघत होतो.

श्रद्धेची शिकवण
देणारं गाव

कधी लेखनाच्या निमित्तानं, कधी भाषणांच्या, उद्घाटनाच्या निमित्तानं, तर कधी संमेलनाच्या निमित्तानं अशा विविध कारणांनी सारा महाराष्ट्र मी पालथा घातला. महाराष्ट्राबाहेरही मी फिरलो. असं बाहेर पडलो, की कधी जिज्ञासेपोटी, तर कधी आवडीपोटी नजीकची प्रेक्षणीय स्थळं पाहणं; वयोवृद्ध, ज्ञानवृद्ध अशा व्यक्तींना जाऊन भेटणं मला आवडतं.

मी देव मानतो, दैवही मानतो. नाही, असं नाही; पण प्रत्येक वेळी देव दर्शनाच्या वेळी मन शुद्ध असतंच, असं नाही आणि ज्यावेळी मनात अनेक विचारांची गर्दी झालेली असते, अशा वेळी देवळात जायला माझं मन तयारही होत नाही.

अशाच काही सभा-संमेलनाच्या निमित्तानं मी अहमदनगरला गेलो होतो.

कार्यक्रम संपला. माझ्याबरोबर कवी अरुण शेवते होते.

पुढचा कार्यक्रम आखत असताना अरुण शेवते मला म्हणाले,

''दादा, इथून जवळच एक शनीचं देऊळ आहे. ते पहायला जाऊ या का? ते गावही तुम्हाला पहायला आवडेल.''

“मी पुष्कळ देवळं पाहिलीत. आता हे देऊळ आणखी काय पहायचं नवीन? देवळासारखं देऊळ!” मी म्हणालो.

“पण दादा, एकदा का होईना, त्या गावात भेट द्यायला हवी तुम्ही.” शेवते म्हणाले.

अखेर त्यांचा तो बालहट्ट पुरविण्यासाठी मी जायचं ठरविलं. मनातून थोडी नाराजी होतीच! तरी पण मी रेस्ट हाऊसमधून बाहेर पडलो.

गाडी शनि-शिंगणापूरच्या दिशेनं धावत होती. शेवते माझ्याबरोबर होतेच. विविध विषयांवर ते बोलत होते. मी नुसतं ‘हं, हं’ करीत होते. पण का कुणास ठाऊक, मी त्यांच्या बोलण्यात सहभागी होऊ शकत नव्हतो.

शेवते म्हणाले,

“दादा, तुम्हाला सांगतो, भारतात असं एकच गाव आहे, की ज्या गावातल्या घरांना दरवाजे नाहीत, खिडक्या नाहीत आणि कपाटंही नाहीत.”

शेवते यांच्या बोलण्यानं माझी तंद्री भंगली. त्यांचं बोलणं ऐकून मी धास्तावलो...

रात्री झोपताना खिडक्या बंद केल्या आहेत, की नाहीत? दरवाजाला कड्या नीट लावल्या आहेत, की नाहीत? पाहिल्याशिवाय मला झोपच येत नाही आणि या गावातल्या घरांना दारं-खिडक्या काहीही नाहीत, कपाटं नाहीत! सारंच आश्चर्य वाटण्यासारखं होतं.

आजच्या काळात हे कसं घडू शकतं?

माझा विश्वासच बसत नव्हता.

गाडी धावत आली. मी चौकस नजरेनं सारं गाव न्याहाळलं. गल्ली-बोळांतून फिरलो. मोठमोठे बंगलेही पाहिले. सराफाची दुकानंही पाहिली. कडी-कुलपं - कशाचाच पत्ता नव्हता.

मी गावातून हिंडत होतो. पण मनावर फार मोठं ओझं होतं. आपण काय पाहतोय हेच कळत नव्हतं.

शेवते अधूनमधून काहीतरी सांगत होते. पण माझं त्यांच्या बोलण्याकडे लक्षच होतं कुठं?

हे सारं दृश्य अचंबा वाटण्यासारखं होतं.

आजूबाजूला चार-पाच मैलांच्या परिसरात दरोडे पडत असताना, या गावात मात्र लोक निश्चिंत मनानं दैनंदिन कारभार चालू ठेवतात. कशाचीही भीती त्यांना वाटत नाही!

मनावरचं ओझं वाढत होतं.

हे सारं पाहिल्यावर मनात विचार आला.

“सध्याच्या काळात आपण हरवलेली संस्कृती जपली, का जपलेली संस्कृती...

नेमकं काय केलं?

गावातनं हिंडून आम्ही शनीच्या पारावर आलो. तिथं देऊळ नाही, काही नाही. फक्त शनीची एक शिळा उभी!

त्या गावातल्या काही मंडळींशी मी बोललो.

कळलं की, या गावातील लोकांची एकाच गोष्टीवर श्रद्धा आहे.

'जो माणूस या गावात चोरी करेल त्याचे डोळे जातील, कायमचं अंधत्व येईल...'

खरं-खोटं तो शनीच जाणे!

पण मला असंही वाटून गेलं, श्रद्धा हेच खरं माणसाचं बळ आहे!

आपण डॉक्टरांकडे औषधोपचारासाठी जातो, तेही श्रद्धेनं; देवळात जातो, तेही श्रद्धेनं. आपल्या आवडत्या माणसाच्या भेटीसाठी जिवाचा एवढा आटापिटा करतो, तोही श्रद्धेपोटीच!

माणूस जगतो, तो श्रद्धेवर आणि त्यानं जगावं, अशा निष्ठेनं, श्रद्धेनं! हे या गावानं मला शिकवलं. वाटतं, पुन्हा कधी नगर भागात गेलो, तर या गावात जावं.

श्रद्धेचं बळ वाढवणारं गाव आहे हे!

एक वेळ सर्वांनी या गावाला भेट द्यावी. मरगळलेलं मन श्रद्धेनं निश्चित भारावून जाईल.

जगण्याचा अर्थ शिकवणारं हे गाव आहे.

कर्मण्येवाधिकारस्ते

'स्वा मीला' साहित्य अकादमीचं पारितोषिक मिळालं, तेव्हाची गोष्ट.

दिल्लीला मी केव्हाही गेलो, तरी 'पूना गेस्ट हाऊस' ही माझी नेहमीची उतरण्याची जागा. पण या खेपेस मी सरकारी पाहुणा म्हणून दिल्लीस जात होतो. त्यामुळे माझी सारी व्यवस्था शासनामार्फत व्हायची होती. दिल्लीच्या करोल बागेतील बंडोपंत सरपोतदारांच्या पूना गेस्ट हाऊसमध्ये उतरण्याचा माझा बेत नव्हता, म्हणून मी त्यांना कळवलं नव्हतं.

नव्या दिल्लीच्या स्टेशनवर माझी गाडी थांबली. मी उतरलो आणि माझ्यासमोर आपल्या मिशा कुरवाळीत बंडोपंत सरपोतदार हजर. माझ्या पाठीवर नेहमीच्या पद्धतीनं थाप मारीत ते म्हणाले,

"काय श्रीमंत, कुठं जाणार?"

बंडोपंतांचा स्वभाव माझ्या चांगल्या परिचयाचा होता. मी दुसरीकडे उतरलेलं त्यांना आवडत नाही, याचीही कल्पना होती. पण या खेपेस माझी सारी व्यवस्था शासनामार्फत होती, म्हणून मी म्हणालो,

"काही नाही. अशोक हॉटेलमध्ये माझी निवासाची व्यवस्था केली आहे..."

माझं बोलणं अजून पूर्ण व्हायचं होतं.

तेवढ्यात बंडोपंत गरजले-

"का? पूना गेस्ट हाऊस काय ओस पडलं? मुकाट्यानं माझ्याबरोबर चला."

बंडोपंतांचा हा आवाज सारी दिल्ली दणाणून सोडणारा होता.

"अरे, पण माझी व्यवस्था अशोक हॉटेलमध्ये केलेली आहे. या खेपेस मी सरकारी पाहुणा आहे, बंडोपंत!"

पुन्हा तशीच परिस्थिती. माझं म्हणणं ऐकून घेण्याच्या मन:स्थितीत बंडोपंत नव्हते. ते पुन्हा गरजले -

"तुमचं अशोक हॉटेल गेलं खड्ड्यात! मुकाट्यानं टॅक्सीत बसा आणि करोल बागेत चला." असं म्हणून त्यांनी माझं सामान उचलण्यास सुरुवातही केली.

माझा अगदीच नाइलाज झाला. अकादमीच्या लोकांची धांदल-धावपळ होणार, याची मला कल्पना होती. पण आमच्या या मित्रापुढं - बंडोपंतांपुढे मी शरणागती पत्करली होती. नाहीतरी माझ्या हातात होतं तरी काय?

मी स्टेशनबाहेर आलो. बंडोपंतांनी दाखविलेल्या टॅक्सीत बसलो. टॅक्सी करोल बागेच्या दिशेनं धावत होती आणि बंडोपंतांच्या सहवासातल्या कितीतरी आठवणी जाग्या होत होत्या, 'रावणानं सीता नेली होती...' माझ्या मनात एकच वाक्य येत होतं.

पूना गेस्ट हाऊसवर आलो. पाहतो, तो एकही खोली मोकळी नाही. मनात विचार आला. साहित्य अकादमीचं पारितोषिक मिळवणारा मी 'रणजित देसाई' आणि या पूना गेस्ट हाऊसमध्ये त्याला खोली मिळू नये?

बंडोपंत सरपोतदार आले. लॉजवर एकही खोली रिकामी नाही, हे त्यांच्या लक्षात आलं. बंडोपंतांच्या जागी दुसरा कुणीही असता, तर नोकरांवर, व्यवस्थापकांवर चिडला असता, रागावला असता. पण आमचे बंडोपंत शांतपणे म्हणाले,

"खोली नाही ना रिकामी? ठीक आहे. श्रीमंतांचं सामान ठेवा आमच्या घरात आणि या चौकात दोन खाटली टाका. एकावर आमचे श्रीमंत झोपतील आणि एकावर पूना गेस्ट हाऊसचे मालक झोपतील. त्यात काय विशेष एवढं?"

चौकात दोन खाटली टाकली गेली. आमच्या गप्पागोष्टी सुरू झाल्या.

या गप्पांत जिव्हाळा होता. आपुलकी होती. प्रेम होतं आणि म्हणूनच आमच्या गप्पा क्षणाक्षणाला रंगत होत्या. 'आपण अशोक हॉटेलमध्ये उतरायला हवं होतं,' हा विचारही मनात येत नव्हता आणि 'श्रीमंतांना इथं आणण्यात आपण चूक तर केली नाही ना?' असं बंडोपंतांनाही वाटत नव्हतं.

गप्पांच्या ओघात मी सहज म्हणालो,

"बंडोपंत, एक फार मोठी अडचण आहे."

"बोला श्रीमंत, बोला." बंडोपंत म्हणाले.

"साहित्य अकादमीच्या कार्यक्रमाचे मला सहा पास मिळाले आहेत. माझ्याबरोबर कुणीही आप्तस्वकीय आलेले नाहीत आणि इथं आपल्याशिवाय कुणीही आप्त नाहीत. तेव्हा या सहा पासांचं काय करायचं, ते तुम्ही पाहा. पण समारंभाच्या वेळी त्या सहा खुर्च्या मोकळ्या राहणं बरं दिसणार नाही."

"श्रीमंत, तुम्ही काही काळजी करू नका. आमच्या या दिल्लीत निरुद्योगी माणसं काही कमी नाहीत. तुम्ही त्याची मुळीच काळजी करू नका." बंडोपंत मिशांवरून बोटं फिरवीत म्हणाले.

मी ते पास त्यांच्या स्वाधीन केले आणि सुटकेचा निःश्वास सोडला.

बंडोपंतांसारखी राजस माणसं मला आयुष्यात फार थोडी भेटली. जी भेटली, त्यांनी मला जिव्हाळा दिला. आपुलकीचा ओलावा दिला. प्रेमाची भूक भागवली.

मनात पुन्हा विचार आला. मी 'साहित्य अकादमी'चा पाहुणा म्हणून अशोक हॉटेलमध्ये उतरलो असतो, पण मला तिथं तरी शांत झोप आली असती का? या चौकामध्ये खाटल्यावर मस्त झोपलो.

हे खरं जीवन!

दुसऱ्या दिवशी कार्यक्रमाची रंगीत तालीम झाली. कुठं बसायचं. नाव पुकारल्याबरोबर कसं जायचं. राष्ट्रपतींच्या हस्ते पारितोषिक स्वीकारल्यानंतर त्यांना अभिवादन कसं करायचं. साऱ्या साऱ्या गोष्टी तिथं समजावून सांगितल्या गेल्या.

मला हे सारं नवीनच होतं. त्यावेळी मी होतो अवघा सदतीस वर्षांचा. मला वाटतं, साहित्य अकादमीचं पारितोषिक मिळवणारा एवढ्या लहान वयाचा लेखक मीच असेन!

राष्ट्रपती भवनातील ती रंगीत तालीम संपवून मी गेस्ट हाऊसवर परत आलो.

पुरस्काराचा कार्यक्रम ठरल्यावेळी मी राष्ट्रपती भवनात गेलो. खुर्च्या मोकळ्या न राहतील, याची काळजी बंडोपंतांनी घेतली होती. राष्ट्रपती डॉ. राधाकृष्णन यांच्या हस्ते मला 'स्वामी' कादंबरीचं साहित्य अकादमीचं पारितोषिक मिळालं. हे पारितोषिक स्वीकारताना कितीतरी मित्रांच्या, आप्तांच्या आठवणी मनात येत होत्या. या समारंभाला माझी आजी असती, तर साऱ्या आप्तांची उणीव भरून निघाली असती. पण...

कार्यक्रम संपला आणि राष्ट्रपती भवनाच्या 'अशोक हॉल'मध्ये चहा-पानाचा कार्यक्रम होता. चहा-पानाच्या या कार्यक्रमात राष्ट्रपतीही सहभागी झाले होते. सर्व भाषांतील पुरस्कार-विजेते, साहित्य अकादमीचे सदस्य, शासकीय अधिकारी चहा-

पानाच्या कार्यक्रमात सहभागी झालेले.

डॉ. राधाकृष्णन एका कोचावर बसले होते. कुणी काजू खिशात घालत होते, कुणी बदाम, कुणी सिगारेटची पाकिटं!

डॉ. राधाकृष्णन हे सारं पाहत होते. कदाचित याची त्यांच्या डोळ्यांनाही सवय झाली असावी!

पांढरा साफा बांधलेले, पांढरी अचकन परिधान केलेले डॉ. राधाकृष्णन तेज:पुंज व्यक्तिमत्त्व वाटत होते मला.

मी कुणाशी तरी बोलत होतो, इतक्यात राष्ट्रपतींचे स्वीय सहायक माझ्याजवळ आले. म्हणाले,

"आपण रणजित देसाई ना?"

"होय."

"आपल्याला डॉक्टरसाहेब बोलावताहेत."

मी त्या स्वीय सहायकाबरोबर गेलो.

डॉ. राधाकृष्णन कोचावर बसले होते. सोनेरी काडीच्या चश्म्यातून त्यांचे डोळे चमकत होते.

मला त्यांनी आपल्या शेजारी बसवून घेतलं.

सन्मान मिळालेल्या अनेक लेखकांपैकी मी एक होतो. मग एवढ्या मोठ्या, ज्येष्ठ-श्रेष्ठ लेखकांना सोडून राष्ट्रपतींनी मलाच का बोलवावं, हे कोडं मला काही केल्या उलगडत नव्हतं.

मी बसलो. त्यांनी माझी विचारपूस केली. 'मी काय लिहिलं आहे, अकादमीचं पारितोषिक कशासाठी मिळालं आहे,' याची त्यांनी अतिशय आस्थेनं चौकशी केली आणि म्हणाले,

"एवढ्या लहान वयात साहित्य अकादमीचा सर्वोच्च मान मिळाल्याचं तुम्हाला आश्चर्य वाटत नाही का?"

मी सहजपणे म्हणून गेलो.

"ज्ञानेश्वरांनी सोळाव्या वर्षी ज्ञानेश्वरी लिहिली. त्यामानानं सदतिसाव्या वर्षी पारितोषिक मिळवणं म्हणजे..."

- आणि इथं माझी चूक लक्षात आली...

पारितोषिक स्वीकारण्यासाठी दिल्लीला येण्यापूर्वी भाऊंना (वि. स. खांडेकर) भेटलो होतो, त्यावेळी भाऊंनी बजावून सांगितलं होतं, 'जर का तुझी डॉ. राधाकृष्णन यांची भेट झाली, तर त्यांना भगवद्गीतेविषयी काहीही विचारू नको. कारण ते त्या विषयातले अधिकारी आहेत.'

ज्ञानेश्वरीचा संदर्भ देऊन हीच चूक मी कळत-नकळत केली होती.

चूक लक्षात आली. ती सुधारण्यासाठी काहीतरी वेगळा विषय काढण्याचा मी प्रयत्न केला. पण तो व्यर्थ खटाटोप वाटला.

डॉ. राधाकृष्णननी विचारलं.

''तुम्ही गीता वाचली आहे?''

मला घाम फुटला. मी म्हणालो,

''हो. वाचली आहे. पण मला ती समजली नाही.'' मला आता यशस्वी माघार घेतल्याशिवाय गत्यंतर नव्हतं...

डॉ. राधाकृष्णननी कोल्हापूरला पूर्वी भेट दिली होती, त्यावेळची आठवण मी त्यांना सांगितली. तपोवनाच्या त्या माळावर कोवळ्या उन्हात खुर्चीवर डॉ. राधाकृष्णन बसले होते आणि मी त्यांची काही छायाचित्रं घेतली होती. ती त्यांना भेट म्हणून पाठविली होती.

माझं हे बोलणं चालू असतानाच ते म्हणाले,

''हो, आठवतं मला. बरं, ते जाऊ द्या. गीता तुम्ही वाचली आहे ना?''

''हो, गीता वाचली आहे, पण अजून मला समजली नाही.''

डॉक्टरसाहेब म्हणाले,

''कर्मण्येवाधिकारस्ते... काही अर्थ कळतो का?''

मी नकारार्थी मान हलवली.

ते म्हणाले,

''तुम्ही तुमचं काम निष्ठेनं करीत राहा. यशापयशाची अपेक्षा करू नका. तुमच्या प्रयत्नांना फळ मिळतंच, असं नाही... कर्म करीत राहा, फळाची अपेक्षा न धरता, कर्म करीत राहा. तुम्हाला एवढ्या लहान वयात एवढं मोठं यश मिळालं आहे, पण यापुढं यश-अपयश, फळाची अपेक्षा न करता तुम्ही काम करीत राहा.''

मी त्यांना वंदन करून निरोप घेतला. माझं भाग्य मोठं म्हणूनच त्यांची भेट झाली. बोलता आलं.

मी राष्ट्रपती भवनातून बाहेर पडलो. पण त्यांच्या त्या शब्दांनी मी पुरता झपाटून गेलो होतो...

'कर्मण्येवाधिकारस्ते मा फलेषु कदाचन'

कर्मण्येवाधिकारस्ते...

कर्मण्येवाधिकाररस्ते...

समाधानाचा एक क्षण

मा झ्या 'रंगल्या रात्री अशा' या चित्रपटाचा शुभारंभाचा प्रयोग पुण्याच्या विजय चित्रपटगृहात होता. का कुणास ठाऊक, मला अचानक बालगंधर्वांची आठवण झाली. या शुभारंभाच्या प्रयोगाला त्यांनी यावं, असं वाटलं.

बालगंधर्व आणि माझ्या वडलांचा अगदी निकटचा स्नेह. बालगंधर्व माझ्या वडलांना बाबासाहेब म्हणत असत. कैक वेळेला मी बालगंधर्वांना भेटलो होतो.

मी त्या दिवशी मनाशी निर्णय घेतला आणि बालगंधर्वांच्या निवासस्थानी गेलो.

बालगंधर्व अर्धांगवायूनं आजारी होते.

मी त्यांना वंदन केलं. मला बघताच हसण्याचा प्रयत्न करीत ते म्हणाले,

"मायबाप्पा, का आलात?"

मी म्हणालो,

"आपला आणि वडलांचा स्नेह मला माहीत आहे. आता आबा नाहीत. त्यांच्या जागी आपण आहात. माझ्या पहिल्या चित्रपटाचा शुभारंभाचा प्रयोग इथं पुण्यातच आहे. तुम्ही उद्घाटनाला यावं, असं मला वाटतं."

बालगंधर्व हसले. म्हणाले,

"आमची अवस्था पाहता ना,

मायबाप्पा! अशा परिस्थितीत कसं जमणार?''

मी म्हणालो,

''आपण चिंता करू नका. मी तुम्हाला कसलाही त्रास होऊ देणार नाही. ॲब्युलन्समधून तुम्हाला नेण्याची मी व्यवस्था करीन, व्हीलचेअरवरून थिएटरमध्ये नेईन. उद्‌घाटन झालं, की तुम्ही म्हणाल, तेव्हा परत पोहोचवीन.''

निःश्वास सोडून बालगंधर्व म्हणाले,

''बाळा, बाबासाहेबांचा तू मुलगा, तुला मी नाही कसं म्हणू? मला घेऊन जा.''

मला झालेला आनंद मी लपवू शकलो नाही.

बालगंधर्वांनी विचारलं,

''बाळा, तू काय करतोस?''

''मी लिहितो...'' मी सांगितलं.

''छान!'' बालगंधर्व म्हणाले, ''असं कर कागद, पेन घे.''

मी क्षणभर गोंधळलो. माझ्याकडे न पाहता बालगंधर्व म्हणाले.

''मी सांगतो, तेवढं लिहून घे.''

मी कागद घेतला. खिशाचं पेन काढलं. बालगंधर्व सांगत होते...

'तुलसी हाय गरीबकी
कभी न खाली जाय
मोवा ढोर चामसे
लोहा भस्म हो जाय...'

''बाळा, तुलसीदास म्हणतात, मेलेल्या ढोराच्या कातड्यानं सोडलेल्या निःश्वासानं जर लोखंडाचं भस्म होतं, तर आत्म्यानं सोडलेल्या निःश्वासानं, तळतळाटानं काय होणार नाही? मायबाप्पा, आता पुण्याई राहिलीये ती फक्त गाण्यात... बाकीचं शरीर अनेक अपराधांची शिक्षा भोगतंय...''

बालगंधर्व स्वतःला हरवून बोलत होते.

मी सुन्न होऊन ऐकत होतो.

बोलता-बोलता ते थांबले. माझ्याकडे बघत ते म्हणाले,

''मायबाप्पा, मी येतो. काळजी करू नका.''

चित्रपटाच्या उद्‌घाटनाला बालगंधर्व आले.

चित्रपट संपेपर्यंत बसले.

व्याधी विसरून बालगंधर्व चित्रपट बघत बसले होते.

मी त्यांच्या खुर्चीमागे शेवटपर्यंत उभा होतो.

तसं उभं राहण्यातही एक वेगळंच समाधान भोगत होतो.

लक्षात राहिलेला मेहतर

'श्री'मान योगी' लिहून झाल्यानंतर असाच काही निमित्तानं मी कोल्हापूरला आलो होतो. त्यावेळी कोल्हापूरला आलो, की नेहमी टूरिस्ट हॉटेलमध्ये मी राहत असे.

सकाळची वेळ होती. बाथरूम स्वच्छ करायला माणूस आला. त्यानं बाथरूम स्वच्छ केली आणि मोठ्या अदबीनं त्यानं मला विचारलं-

''आपण रणजित देसाई ना?''

''हो...'' मी म्हणालो.

''आपण 'श्रीमान योगी' लिहिलीत?''

''हो.''

''मी ती दोन-तीन वेळा वाचली आहे.''

''कुठं मिळाली?'' मी विचारलं.

हा प्रश्न विचारण्याचा माझा उद्देश थोडा वेगळा होता. कारण 'श्रीमान योगी' त्यावेळी दोन खंडांत प्रकाशित झाली होती आणि ते दोन खंड विकत घेणं सर्वांना परवडणारं नव्हतं. एक मेहतर माणूस, त्याला लॉजवर पगार तो केवढा मिळणार? त्यामुळे तो 'श्रीमान योगी' विकत घेणं शक्य नव्हतं आणि अशा परिस्थितीत त्यानं 'श्रीमान योगी' दोन-तीन वेळा वाचली म्हणून सांगावं, याचं मला थोडं आश्चर्य वाटलं.

तो म्हणाला,

"साहेब, घरची परिस्थिती बेताचीच आहे. पण मला वाचायची आवड आहे. लायब्ररीतून ती कादंबरी आणायची झाली, तर एका खंडाला दिवसाला आठ आणे आकार होतो..."

"तरीही तुम्ही वाचत होता?" मी आश्चर्यानं विचारलं.

"हो! मला ती कादंबरी फार आवडली होती. मी नुसता वाचत नव्हतो, तर आमच्या घराजवळच्या आसपासच्या मंडळींनाही श्रीमान योगी वाचून दाखवीत होतो."

त्याचं हे बोलणं ऐकून मी मनोमनी सुखावलो होतो आणि मीच नव्हे, तर माझ्या जागी आणखी दुसरा कुणी लेखक असता, तरी तोही सुखावला असता. पण हे प्रकरण एवढ्यावरच भागणारं नव्हतं. खरी कहाणी पुढंच होती.

मी त्याला काही पैसे देऊ केले; पण त्यानं ते स्वीकारले नाहीत. तो फक्त एवढंच म्हणाला,

"साहेब, माझी एक विनंती आहे."

"विनंती? कसली विनंती?"

"उद्या सकाळी तुम्ही माझ्या घरी आलात, तर मला आनंद होईल. माझ्या घरच्या मंडळींनाही आनंद होईल."

माझं पुस्तक, त्याची लोकप्रियता, वाचकप्रिय झालेलं पुस्तक! मी मोठ्या मिजाशीत होतो. ही मिजास बाळगून मी म्हणालो,

"हो! जरूर येईन. उद्या सकाळी नऊ वाजता जाऊ तुझ्या घरी."

"साहेब, उद्या सकाळी नऊ वाजता मी रिक्षा घेऊन येतो."

"ठीक आहे. मी नऊ वाजता तयार राहतो. तुम्ही या."

सकाळी नऊ वाजता मी तयार होतो. तो रिक्षा घेऊन आला. आम्ही रिक्षात बसलो. रिक्षा सुरू झाली.

मी एका मेहतर माणसाबरोबर कुठंतरी बाहेर जातोय याचं टूरिस्ट हॉटेलमधल्या गायकवाड मॅनेजरपासून साऱ्यांनाच आश्चर्य वाटत होतं.

रिक्षा शाहू महाराजांच्या पुतळ्याच्या अलीकडेच थांबली. मी रिक्षातून उतरलो. रिक्षाचं बिल भागवू लागलो, तर तो म्हणाला,

"दादा, तुम्ही पाहुणे आहात आज माझे. आम्ही गरीब असलो, तरी एवढी चेष्टा करू नका गरिबाची!"

त्याच्या त्या बोलण्यानं माझा रिकामा हात खिशातून बाहेर आला.

पुलाजवळच्या गवतातून तो मला नेत होता. वाटेत काही कबरी लागल्या. मी मनातून चिडलो होतो. हा मला कुठं घेऊन चाललाय याचा पत्ता लागत नव्हता.

हे काय प्रकरण आहे, हे कळत नव्हतं. मी चक्रावलो होतो. तेवढ्यात त्यानं विचारलं,

"साहेब, या पाहिल्यात का?"

"त्यात काय पहायचं? कबरी आहेत. कबरीत काय पहायचं?"

"साहेब, या कबरी नाहीत. या मेहतर लोकांच्या समाध्या आहेत, समाध्या!"

"असतील. त्या दाखविण्यासाठी मला इथं आणलंस?"

"नाही साहेब. आपण योगीत मदारी मेहतर मुसलमान असल्याचं दाखविलं आहे. पण सिंहासनावरील आच्छादन बदलण्याचा मान ज्या छत्रपती शिवाजी महाराजांनी मेहतर माणसाला दिला, तो मुसलमान असेल का? तो मेहतर आमच्या समाजाचा होता. हिंदू होता."

एका मेहतर माणसानं निर्माण केलेला प्रश्न. या प्रश्नानं माझ्या मनात नुसता डोंब उसळला होता. मी भांबावून गेलो. त्याला म्हणालो,

"मी इतिहास-संशोधक नाही. कादंबरीकार आहे. तुमचं म्हणणं मी इतिहासकारांना सांगतो. कदाचित ऐतिहासिक कागदपत्रांच्या आधारे सत्य उघडकीस आणण्याचा ते प्रयत्न करतील."

नंतर मी त्याच्या घरी गेलो.

चहापान झालं. मी कांदापोहे खात होतो. पण ते खाताना भयंकर कष्ट पडत होते...

कुठं छत्रपतींच्या जिवाचा हवाला देणारा तो मेहतर आणि हा कुठं आमची खोली स्वच्छ करणारा! कोणती प्रतिष्ठा ठेवली आम्ही या लोकांची?

या विचारांच्या तंद्रीतच मी त्याचा निरोप घेतला.

टूरिस्ट हॉटेलवर परत आलो. डोळ्यांसमोर फक्त मेहतर होता आणि ऐकू येत होते त्याचे ते शब्द :

मदारी मेहतर आमच्या जातीचा होता... हिंदू होता...

दीदी

सुलोचनाबाईंचा आणि माझा प्रथम परिचय सुप्रसिद्ध दिग्दर्शक व माझे स्नेही कै. राजा ठाकूर यांनी करून दिला.

तसा माझा आणि चित्रपटसृष्टीचा फारसा परिचय नाही. राजा ठाकूर यांच्या स्नेहामुळे मी 'रंगल्या रात्री अशा' या चित्रपटाचे कथा-संवाद लिहिले. त्यानंतर एक-दोन चित्रपट कथा लिहिल्या. चित्रपटसृष्टीशी एवढाच माझा संबंध. सुलोचनाबाईंची आणि माझी प्रथम ओळख करून दिली, ती राजा ठाकूर यांनीच.

त्यावेळी मी 'तानसेन' नाटक लिहिलं होतं. 'तानसेन'चा पहिला प्रयोग साहित्य संघ मंदिरात होता. सन्मानित निमंत्रितांमध्ये मी सुलोचनाबाईंनाही बोलावलं होतं.

नाटक सुरू झालं. पडदा उघडला आणि नाटक पडायला सुरुवात झालं. तिसऱ्या अंकाच्या शेवटी साफ कोसळलं होतं. नाट्यक्षेत्रात पदार्पण केल्यानंतर पहिल्याच नाटकाला आलेलं ते 'भव्य' अपयश मला खूप जाणवलं होतं.

नाटक संपलं आणि आलेल्या पाहुण्यांना निरोप देण्यासाठी दाराशी उभा राहिलो. मला पाहून साऱ्यांचीच स्थिती अवघडल्यासारखी झाली होती. कुणी नुसता नमस्कार करीत होता, तर कोणी पाच-

पंचवीस प्रयोगांनंतर नाटक सुधारेल, अशी शुभेच्छा व्यक्त करीत होता.

आणि त्याच वेळी सुलोचनाबाई येताना दिसल्या. त्या माझ्याजवळ येऊन क्षणभर थांबल्या. डोळ्यांतले अश्रू पुसले आणि म्हणाल्या,

"देसाई, हे असं कसं झालं, हो?"

बाई अधिक काही न बोलता निघून गेल्या. पण त्या एका वाक्यानं संयमानं रोखून धरलेले अश्रू माझ्या डोळ्यांत उभे राहिले. दु:खाच्या वेळी मायेचा हात पाठीवरून फिरवावा, तसं वाटलं. कलावंताच्या अपयशानं दुसरे कलावंत आनंदित झालेले मी पाहिले होते. पण हा कलावंत वेगळा होता.

त्या दिवसापासून सुलोचनाबाईंबद्दल माझ्या मनात एक वेगळं आदराचं स्थान निर्माण झालं. मी त्यांना दीदी म्हणू लागलो.

त्या प्रसंगानंतर अनेक वेळा सुलोचनाबाईंची गाठ पडत होती. पण प्रत्येक वेळी त्या मला विचारत,

"नवं नाटक घेतलंत, की नाही लिहायला?"

मी सांगत असे,

"अजून धीर होत नाही."

– आणि आम्ही दोघंही हसत असू.

चित्रपटसृष्टीत केवढं मानाचं स्थान दीदीनं मिळवलं आहे, हे सांगण्याचा अधिकार माझा नाही. 'चिमुकला संसार'मधील मोलकरणीपासून 'एकटी' चित्रपटातील सावित्रीच्या भूमिकांनी मराठी चित्रपटसृष्टी त्यांनी आपल्या अभिनयानं संपन्न केली आहे. हिंदी चित्रपटसृष्टीतही त्यांनी उदंड यश प्राप्त केलं आहे. पण एवढं यश मिळवूनही त्यांच्यातला 'माणूस' कधी हरवला नाही. कदाचित त्याचमुळे 'दीदी' हे संबोधन त्यांच्याबद्दल प्रत्येकाला वाटणाऱ्या आदराचं प्रतीक ठरलं.

'एकटी'चं चित्रीकरण चालू असताना मी त्यांना एकदा सेटवर भेटायला गेलो होतो. शूटिंग संपलं आणि त्या मला म्हणाल्या,

"या चित्रपटात एक सुरेख गाणं आहे. ते तुम्ही ऐका."

मी ते गाणं ऐकावं, म्हणून त्यांनी धावपळ केली. टेप लावला गेला. सारा स्टुडिओ शांत होता, गाणं ऐकू येत होतं -

एक फुलले फूल आणि
फुलून नुसते राहिले
त्या कुणी ना पाहिले-

गाणं संपलं. आम्ही सारे भारावलेले होतो. जणू काय ते आपलंच यश आहे, या थाटात सुलोचनाबाईंनी विचारलं-

"आवडलं गाणं?"

'एकटी' चित्रपटात दीदीनं आईची भूमिका केलेली. 'एक फुलले फूल आणि...' हे गाणं चित्रपटाच्या नायिकेच्या तोंडी घातलेलं. तरीही दीदी त्या गाण्यानं भारावून गेली होती. निर्व्याज मनानं चांगल्याचं कौतुक करणं एवढं सोपं नाही.

दीदीच्या घरी भाराभार मानचिन्हं रचून ठेवलेलं कपाट सोडलं, तर चित्रपटसृष्टीची आठवण करून देणारी एकही वस्तू घरात दिसत नाही. आलेल्या पाहुण्याला दीदी तो स्थानापन्न होताच विचारते,

"चहा घेणार?"

"नको! नुकताच घेतला आहे." तो गृहस्थ संकोचानं सांगेल.

दीदीचा चेहरा फार बोलका आहे. तिला आपल्या भावना लपवणं जमत नाही. दीदीचा चेहरा त्या उत्तरानं पडेल.

काही क्षणांनी परत ती विचारेल,

"थोडा चहा घ्या ना! मीही घेईन."

नाइलाजानं पाहुणा 'हं' म्हणेल आणि दीदीचा चेहरा एकदम आनंदानं भरून येईल.

मग चहाची धावपळ सुरू.

पाहुण्याबरोबर चहा घेताना दीदीचा चेहरा बघावा...

त्याचं कारण एकच आहे. दीदीला चहाचं भारी विलोभन आहे.

चहाच्या संगतीत दीदी खुलते. एरव्ही अबोल असणारी दीदी मोकळेपणानं बोलू लागते. गप्पा रंगतात. पण त्यात चित्रपटसृष्टीच्या आठवणी नसतात. कुणाचा द्वेष अथवा टिंगल यात रममाण झालेली दीदी मी कधीही पाहिली नाही. दीदीचा हा गुण मला फार मोठा वाटतो.

'स्वामी' नाटकाच्या पहिल्या प्रयोगाला दीदी आली होती.

नाटक संपलं.

दीदी आत आली. तिच्या डोळ्यांत आनंदाचे अश्रू होते. मिठाईचा पुडा हाती देत ती म्हणाली,

"तुमचं यश पाहून खूप आनंद झाला. मनातली एक हुरहुर नाहीशी झाली.

दुसऱ्याचं यश पाहून तृप्त होणारी ही दीदी पाहून मन समाधानानं भरून येतं. अशी बहीण जोडता आली, याची धन्यता वाटते.

किती पैसे मिळतील, हो?

हंसा वाडकर या श्रेष्ठ अभिनेत्री. त्यांचा अनेक वर्षांचा परिचय होता. एक थोर अभिनेत्री. स्पष्टवक्ती कलावंत म्हणून त्यांची ख्याती. त्यांच्या अखेरच्या काळात त्या कर्करोगानं आजारी पडल्या. दिवसेंदिवस त्यांचा आजार बळावत चालला. त्यांच्याबद्दल स्नेह बाळगणारी माझ्यासारखी अनेक माणसं त्यामुळे चिंतातुर झाली.

त्या काळी बक्षीस निवड समितीचा मी सदस्य होतो. हंसाबाईंचं 'सांगते ऐका' हे पुस्तक स्पर्धेसाठी आलं होतं. निवड समितीच्या बैठकीमध्ये सर्वानुमते 'सांगते ऐका' या पुस्तकाची निवड करण्यात आली. ती निवड हंसाबाईंच्या प्रकृतीच्या निमित्तानं केली नव्हती, हे इथं मुद्दाम सांगावंसं वाटतं. एका श्रेष्ठ कलावंताची श्रेष्ठ कला म्हणूनच 'सांगते ऐका' एकमतानं निवड समितीनं निवडलं होतं. निवड समितीमध्ये पु.ल., शांताबाई, कोलते, वाळिंबे अशा मान्यवर व्यक्ती होत्या. या निवडीमुळे व्यक्तिश: मी समाधानी होतो.

मी सचिवालय सोडलं आणि सरळ शिवाजी पार्कवर हंसाबाईंच्या निवासस्थानी गेलो.

असह्य वेदनांशी झगडत, हास्यमुद्रेनं

आलेल्याचं स्वागत करणारी ती महान नायिका मी पाहत होतो.

मला पाहताच उठण्याचा प्रयत्न करीत हंसाबाई म्हणाल्या,

"देसाई, असं अचानक बरं आलात? काही काम होतं का?"

मी हसून म्हणालो.

"मला एक चांगलं ग्रामीण कथानक सुचलं आहे. तुम्ही बऱ्या झालात, की त्यामध्ये तुम्ही काम करावं, असं मला वाटतं."

त्या प्रसन्नपणे हसल्या. म्हणाल्या,

"एकंदरीत तुमची कथा रूपेरी पडद्यावर येणार नाही, तर!"

त्या वाक्यानं मला काय बोलावं सुचलं नाही.

मी हंसाबाईंच्या हसऱ्या मुद्रेकडे बघत होतो.

माझी गोंधळलेली मुद्रा बघून त्या म्हणाल्या,

"तुम्ही काय घेणार?"

अशा परिस्थितीत काय मागावं, या संभ्रमात मी होतो. हंसाबाईंची सवय मला माहीत होती. मी म्हणालो,

"तंबाखू-चुना असला, तरी चालेल."

माझ्या शब्दांनी हंसाबाईंच्या चेहऱ्यावरचं हास्य एकदम मावळलं. त्या म्हणाल्या,

"अहो, डॉक्टरांनी तंबाखू खायला बंदी घातली आहे ना!"

हंसाबाई क्षणभर थांबल्या आणि एकदम आठवून म्हणाल्या,

"थांबा हं."

हंसाबाईंनी हाक मारली आणि एक लहान मुलगी धावत आली. हंसाबाईंनी तिला सांगितलं,

"फडताळावर जाफरानी पत्तीचा डबा असेल बघ. घेऊन ये."

त्या मुलीनं धावाधाव करून जाफरानी पत्तीचा डबा आणून माझ्या हाती दिला. मी डबा उघडला. कुबट, बुरसट वास दरवळला. हंसाबाईंना वाईट वाटेल, म्हणून मी डब्यातली जाफरानी पत्ती हातावर घेत असता हंसाबाईंचे शब्द आले,

"माफ करा हं. माझ्याकडे चुना नाहीऽ"

मी हसण्याचा प्रयत्न करीत म्हणालो,

"काही बिघडत नाही..."

पत्ती हातावर चोळून मी तशीच तोंडात टाकली.

'सांगते ऐका'ला मिळणाऱ्या पुरस्काराची बातमी ऐकून अंथरुणावर खिळलेल्या या जिवाला कोण आनंद होईल!

मी मनाशी विचार करीत होतो,

कसं सांगायचं?

"बाई, एक आनंदाची बातमी आहे..." मी बोलण्याचा प्रयत्न केला.हंसाबाईंची वेदनेनं त्रस्त झालेली मुद्रा गोंधळली. त्यांनी विचारलं -

"कसली? कसली बातमी?"

मी हसलो, म्हणालो,

"उद्या तुम्हाला कळेल, आज सांगायची नाही..."

गोंधळलेली मुद्रा अधिक कळवळली.

"असा जीव टांगून ठेवू नका, देसाई. माझी शपथ आहे तुम्हाला..."

त्या शब्दांनी मी हादरून गेलो. मनाशी निर्णय घेतला. म्हणालो,

"बाई, तुमच्या 'सांगते ऐका' पुस्तकाला पहिलं पारितोषिक मिळालं आहे."

हंसाबाईंचा चेहरा त्या बातमीनं प्रफुल्लित बनेल, तो आनंद बघण्याचं भाग्य मला मिळेल, म्हणून मी हंसाबाईंकडे बघत असतानाच हंसाबाईंनी चटकन विचारलं,

"किती पैसे मिळतील हो?"

त्या प्रश्नानं मी अवाक् झालो. क्षणभर माझाही आनंद कुठच्या कुठं गेला. शेवटी पैशाचाच हिशेब ना!

मी कसाबसा म्हणालो,

"पंधराशे रुपये."

माझ्या शब्दांनी बाईंच्या व्याकूळ मुद्रेवर क्षणभर प्रसन्नता उमटली. एक दीर्घ नि:श्वास सोडून त्या म्हणाल्या,

"तुमच्या पावलांनी देव आला..."

क्षणात बाईंच्या डोळ्यांत पाणी तरळलं.

भरल्या आवाजात त्या म्हणाल्या.

"देसाई, कसं सांगू? खरंच, औषधाला पैसे नव्हते, होऽऽ"

त्या शब्दांनी माझं मन गलबलून गेलं होतं. मी उठत कसाबसा म्हणालो,

"बाई, ही बातमी आज कुणाला सांगू नका. उद्या जाहीर होईपर्यंत मनात ठेवा. शक्य तो चेक तुमच्या हाती लवकर पडेल, याची मी व्यवस्था करीन. येतो मी."

मी जिना उतरत होतो. बेचैन मनात अनेक प्रश्न थैमान घालत होते :

अनेक रूपं रंगवणारी ही नायिका -

किती पैसे मिळतील हो?

उद्या ही बाई राहील का?

तिला औषधाला पैसे उपयोगी पडतील?

जेव्हा हंसाबाई गेल्याचं मला कळलं, त्या क्षणी माझ्या नजरेसमोर अंथरुणावर खिळलेल्या हंसाबाई दिसल्या.

व्याकूळ होऊन विचारणाऱ्या -

किती पैसे मिळतील हो?

ही कथा इथंच संपली...

राहिली ती फक्त आठवण!

आणखी एक
रंगलेली रात्र

माझ्या 'रंगल्या रात्री अशा' या चित्रपटाला राष्ट्रपती पारितोषिक मिळालं होतं. राजधानी एक्सप्रेसनं मी, राजा ठाकूर, अरुण सरनाईक, आनंद मराठे अशी मंडळी दिल्लीला जायला निघालो.

सरकारतर्फे आमची व्यवस्था 'अशोक' हॉटेलमध्ये करण्यात आली होती. दिल्ली रेल्वे स्टेशनवर आम्ही उतरलो आणि समोर प्लॅटफॉर्मवर बंडोपंत सरपोतदार सामोरे आले.

बंडोपंत सरपोतदार पूना गेस्ट हाऊसचे चालक. यापूर्वी दिल्लीला जेव्हा जेव्हा येत होतो, तेव्हा तेव्हा पूना गेस्ट हाऊसमध्येच जात होतो. आपुलकी आणि अगत्याबरोबरच त्यांचा स्नेह नेहमीच मोलाचा वाटत असे.

सरपोतदारांचं व्यक्तिमत्त्वच मोठं भारदस्त. अंगात झब्बा, पायांत विजार, पिळदार मिशा आणि भव्य प्रकृती.

सरपोतदार हसत सामोरे आले. मी म्हणालो,

''बंडोपंत, आज आम्ही अशोक हॉटेलमध्ये जाऊ.''

बंडोपंत महापरखड माणूस. माझ्याकडे पाहत त्यांनी विचारलं,

''आम्ही मेलो, असं तुम्हाला वाटलं काय? अजून दिल्लीला जिवंत आहे.

मुकाट्यानं पूना गेस्ट हाऊसवर यायचं.''

त्यांच्या अवतारानं आम्ही गांगरून गेलो. विचार करायला संधी नव्हतीच. मुकाट्यानं टॅक्सीत बसलो आणि पूना गेस्ट हाऊस गाठलं.

दिल्लीत दुसऱ्या दिवशी दारू-दुकानं बंद होती. त्यामुळे जातानाच आम्ही सारी व्यवस्था केली.

त्या दिवशी सायंकाळी उद्या होणाऱ्या कार्यक्रमाची रंगीत तालीम होती. तो सगळा कार्यक्रम आटोपला. परत पूना गेस्ट हाऊसवर आलो. गच्चीवर गप्पा मारीत बसलो. त्या आधी एक दंडक मी घातला होता. उद्याचा कार्यक्रम संपेपर्यंत कोणीही मद्याला शिवायचं नाही. साऱ्यांनीच कटाक्षानं ते पाळलं होतं.

दुसऱ्या दिवशी सायंकाळी आम्ही सारे राष्ट्रपती भवनात गेलो. त्यावेळी डॉ. राधाकृष्णन राष्ट्रपती होते. कार्यक्रम वेळेत आटोपला. समाधानी मनानं आम्ही सारे राष्ट्रपती भवनातून बाहेर पडलो.

रात्री पूना गेस्ट हाऊसच्या टेरेसवर बैठक जमली.

आता सारा 'आनंद'च होता!

आमच्या गप्पा रंगत होत्या. हसणं, खिदळणं चालू होतं. वेळ सरत होती. पण सरणाऱ्या वेळेचं भान कुणालाच नव्हतं.

रात्री अकराचा सुमार असेल.

मला निरोप आला :

''कुणीतरी भेटायला आलं आहे.''

आता रात्रीची अकराची वेळ. अशा अपरात्री माझ्याकडे कोण येणार?

मला वाटलं, कोणीतरी मुलाखत घ्यायला आलं असेल.

अर्थात मुलाखत देण्याच्या अवस्थेत मी नव्हतो. राजा ठाकूर मला म्हणाले, ''कोण आलं आहे, त्यांना भेटून या. फार तर मुलाखत उद्या द्या.''

साऱ्या मित्रांनी आग्रह केला. मी जिना उतरून खाली आलो.

मला भेटण्यासाठी आलेले गृहस्थ किंचित बुटके वाटणारे, गौर वर्णाचे, गोल चेहऱ्याचे तरुण होते. अंगात रेशमी झब्बा, पांढरा स्वच्छ पायजमा.

त्यांनी मला वाकून नमस्कार केला. म्हणाले,

''अवेळी आलो, त्याबद्दल क्षमा करा. तुमची भेट होईल, की नाही, याची मला शंका होती.''

मी विचारलं.

''काही काम होतं का?''

आपल्या चेहऱ्यावरचं हसू न लपवता ते म्हणाले,

''हाती थोडं कसब आहे. आपली सेवा करावी, असं वाटलं.''

मी भयभीत झालो.

अशा वेळी हा गृहस्थ 'सेवा करणार' म्हणतो!

दिल्लीच्या माणसाचा व्यवसाय आणि रूप जाणायचं कसं?

मनात शंका आली की, दिल्लीमध्ये 'मालिश' करणारी माणसं येतात. त्यातलाच तर हा माणूस नसेल? मिळालेल्या यशाची धुंदी अजूनही उतरली नव्हती.

मी विचारलं.

''आपलं नाव?''

- आणि ते गृहस्थ अदबीनं म्हणाले,

''माझं नाव लालजी गोखले.''

त्या नावाबरोबर माझ्या डोक्यात चढलेली धुंदी क्षणात उतरली.

मी म्हणालो,

''लालजी, तुम्ही आलात, याची मला धन्यता वाटते. उद्या केव्हा तरी इथं आपली मैफल जमवू.''

लालजी त्याच नम्रतेनं म्हणाले.

''देसाई साहेब, उद्या मी कलकत्त्याला निघालो आहे. माझे साथीदार घेऊन आलो आहे. तुमची आज्ञा झाली, तर त्यांना मी वरती घेऊन येतो.''

मला काय बोलावं, कळत नव्हतं.

एवढा मोठा माणूस. भारतातल्या नावाजलेल्या तबला-वादकांमध्ये असलेले लालजी, माझ्यासमोर नम्रतेनं बोलतात,

''आपली सेवा करावी, म्हणून आलो.''

माझ्या डोळ्यांत पाणी तरळलं.

मी त्यांना बैठकीवर बसायला सांगितलं. तडक टेरेसवर आलो.

अरुण सरनाईकांनी विचारलं.

''दादा, संपली मुलाखत?''

मी अरुणकडे पाहिलं. थंड आवाजात म्हणालो,

''खाली तुमचा बाप आलाय. चूपचाप खाली चला...''

माझ्या शब्दांनी सारे गोंधळात पडले. मी त्यांना मोजक्या शब्दांत सर्व काही सांगितलं आणि सर्वांसह खाली हॉलमध्ये आलो.

लालजींचे सारे साथीदार आले होते. तानपुरे जुळवले गेले. तबले लावले गेले. आणि लालजींनी दीड तास तबला ऐकवला.

त्या मैफलीचं माधुर्य आजही कानांत घुमतं आहे.

तबल्यातलं मला फारसं कळत नाही. तरीही लालजींच्या तबल्यानं आम्हाला मंत्रमुग्ध केलं. त्याचा विसर मला कधी पडणार नाही.

शेवटी लालजींनी विचारलं.

''तुमच्यापैकी कोणी गातं का?''

आमच्यामध्ये गाणारे थोडेच होते. अरुण सरनाईक आणि आनंद मराठे. पण लालजींच्या समोर गाण्याची एकाचीही हिंमत नव्हती.

मी लालजींना नमस्कार केला. त्यांचा निरोप घेतला.

परत आम्ही गच्चीवर आलो. खाटल्यावर पडलो.

नशा तर केव्हाच उतरली होती!

आकाशात लक्ष चांदण्या चमकत होत्या. त्या लक्ष दीपांकडे पाहत केव्हा झोप लागली, हेही कळलं नाही.

इतकी वर्षं लोटली, पण आजही ती आठवण मनावर कोरल्यासारखी आहे.

'रंगल्या रात्री'च्या यशापेक्षाही ती आठवण मला मोलाची वाटते.

एका पुरुषोत्तमाचं दर्शन

मी शिवचरित्रावर 'श्रीमान योगी' ही कादंबरी लिहीत होतो. ऐतिहासिक संदर्भासाठी मी अनेक इतिहास संशोधकांना भेटत होतो. म. महोपाध्याय दत्तो वामन पोतदार, सेतू माधवराव, शेजवलकर असे इतिहास-संशोधक मला आपुलकीनं मदत करीत होते. प्रत्यक्ष कादंबरी लेखनाला सुरुवात करण्याआधी जेवढे संदर्भ मिळवता येतील तेवढे संदर्भ मी जमा करीत होतो.

थोर इतिहास संशोधक डॉ. पिसुर्लेकर यांची ख्याती मला माहीत होती. सहा राष्ट्रांची डॉक्टरेट प्राप्त झालेल्या या असामान्य माणसाची भेट घेण्याचा मी निश्चय केला. त्यांचा पत्ता मिळविला आणि गोव्याच्या पत्त्यावर मी त्यांना पत्र लिहिलं.

उलट टपाली मला त्याचं उत्तर आलं.

डॉ. पिसुर्लेकर आजारी होते. दवाखान्यात त्यांच्यावर उपचार चालू होते.

मी तडक गोव्याला आलो. दवाखान्यात त्यांना भेटायला गेलो.

पिसुर्लेकरांनी अगत्यानं माझं स्वागत केलं, म्हणाले,

"मी बरा झालो, की तुम्हाला कळवीन. दोन-चार दिवस सवड काढून तुम्ही

माझ्याकडे या.''

मी समाधानानं परतलो.

थोड्याच दिवसांत मला पिसुर्लेकरांचं पत्र आलं आणि परत मी गोवा गाठला.

पिसुर्लेकरांनी तिथल्या टूरिस्ट हॉटेलमध्ये माझी व्यवस्था केली होती. हॉटेलमध्ये सामान ठेवून मी पिसुर्लेकरांना भेटण्यासाठी त्यांच्या घरी गेलो. पिसुर्लेकरांनी अगत्यानं माझ्या लेखनाची चौकशी केली. शेवटी ते म्हणाले,

''उद्या आपण भेटू.''

मी थोड्या निराश मनानं हॉटेलवर परतलो.

दुसऱ्या दिवशी माझ्या खोलीतला फोन खणाणला. मी फोन उचलला. फोनवर डॉ. पिसुर्लेकर बोलत होते...

''मी अर्ध्या तासात तुमच्याकडे येतो. तयार राहा.''

- आणि अर्ध्या तासात डॉ. पिसुर्लेकर टॅक्सीनं हॉटेलवर आले. मला म्हणाले,

''चला, आपण बाहेर पडू.''

तो दिवस डॉ. पिसुर्लेकरांसह मी गोव्यात फिरत होतो. ते अनेक ठिकाणी मला घेऊन जात होते. ठिकाणं दाखवीत होते. शिवाजी महाराजांचं गोव्यातलं आगमन, त्यांचं तिथलं वास्तव्य, तिथं घडून गेलेल्या घटना मला सांगत होते.

त्यांच्या अभ्यासानं मी थक्क झालो होतो. सारं पोर्तुगीज रेकॉर्ड या माणसानं अत्यंत बारकाईनं अभ्यासलं होतं. त्यावर चिंतन केलं होतं. आपली मतं निश्चित केली होती. या साऱ्या रेकॉर्डचा अनुवाद केला होता.

- आणि माझ्यासारख्या मुलाला आत्मीयतेनं सारं सांगत होते.

मी भारावून गेलो होतो.

मधेच पिसुर्लेकर मला म्हणाले,

''मी माझ्या परीनं या विषयाचं ज्ञान मिळविण्याचा प्रयत्न केला असला, तरी मी काही सर्वज्ञ नाही. मला संपूर्ण शिवचरित्रावर बोलण्याचा अधिकार आहे, असं वाटत नाही. पण एक गोष्ट सत्य आहे. गोवा आणि शिवाजी यासंबंधी मी जे सांगतो, तेवढं सत्य समजा. त्यामध्ये कोणत्याही प्रकारे शंका घेऊ नका.''

संपूर्ण दिवस त्यांच्यासमवेत मी प्रवास केला. सायंकाळी टॅक्सी हॉटेलवर परतली.

मी टॅक्सीचे पैसे देण्याचा प्रयत्न केला. मला थांबवत हसून ते म्हणाले,

''लहान पोरांनी असला वेडेपणा करू नये.''

मी त्यांच्या पायाला स्पर्श केला. त्यांचा आशीर्वाद घेतला.

त्यांच्या रूपानं मला एका पुरुषोत्तमाचं दर्शन घडलं होतं.

त्या दिवशीचा पिसुर्लेकरांचा सहवास मी आजही विसरू शकत नाही. त्यांच्या आपुलकीची, मोठेपणाची आठवण झाली, तरी मन भरून येतं.

आशीर्वादातील आनंद

कै. बाळासाहेब देसाई आणि माझा तसा खूप जुना ऋणानुबंध. हे ऋणानुबंध वाढीला लागायचे कारण म्हणजे ते माझ्या लेखनाचे चाहते. त्यामुळे ते माझ्यावर प्रेम करायचे. लेखक-वाचक हेच आमचं नातं होतं. राजकारणाचा सुतराम संबंधही आम्ही आणत नव्हतो.

'स्वामी' कादंबरी प्रकाशित झाली. तिचा खूप बोलबाला झाला. त्यानंतर पुण्याच्या सर्किट हाऊसवर त्यांची माझी एकदा भेट झाली. बाळासाहेबांचे आणि माझे स्नेही रंगराव पाटीलही तिथं होते. गप्पा रंगत होत्या.

बाळासाहेबांचं एक वैशिष्ट्य होतं. तसे ते अष्टावधानी होते. अनेक विषयांत ते रस घ्यायचे. त्यांची ही रसिकता जशी माझ्या परिचयाची होती; तसाच त्यांचा संताप, चीडही जवळून पाहिली होती. सर्किट हाऊसवर अनेक राजकारणी मंडळी त्यांना भेटायला आली होती. त्या सर्वांना त्यांनी पद्धतशीरपणे हॉलमध्ये बसवलं होतं आणि आमच्या साहित्यविषयक गप्पा चालू होत्या.

बोलता-बोलता बाळासाहेब म्हणाले, ''रणजित, तू जशी 'स्वामी' लिहिलीस ना, तशी शिवाजी महाराजांच्या जीवनावर

का कादंबरी लिहीत नाहीस?''

मी म्हणालो,

''साहेब, हे काम जितकं मोठं तितकंच अवघड आहे. फार परिश्रम करावे लागणार आहेत.''

बाळासाहेब म्हणाले,

''त्यासाठी तुला लागेल ती मदत करायला मी तयार आहे. सारं महाराष्ट्र शासन तुझ्या साहाय्यासाठी उभं करीन. पण हे काम तू हाती घ्यायला हवंस.''

बाळासाहेबांचं शिवप्रेम माझ्या परिचयाचं होतं आणि त्या प्रेमापोटीच ते मला हे कादंबरी-लेखनाचं काम करायला सांगत होते, याची मला जाणीव होती.

पण अशी सांगून मोठी कामं हाती घेता येत नाहीत. ती पूर्णही होत नाहीत. त्यासाठी लागते आत्मीयता, जिव्हाळा!

पुढे शिवाजी महाराजांच्या जीवनावर कादंबरी लिहिण्याची प्रेरणा मला जी झाली ना, तिचा उगम बाळासाहेबांच्या या भेटीतच होता, हे मला कधीही नाकारता येत नाही.

बाळासाहेब कणखर वृत्तीचे लोकनेते होते. एखादं काम झालं पाहिजे, म्हणजे झालं पाहिजे, असा त्यांचा खाक्या होता. सबबी सांगितलेल्या त्यांना चालत नसत. पण या कणखर वृत्तीबरोबर सर्वसामान्य माणसाविषयी कणव हा त्यांचा स्थायिभाव होता. त्यांच्या मनातला हा जिव्हाळा कधी कमी झाला नाही. हे मी आज सांगत आहे, त्याला आधार आहे.

एकदा मुंबईहून त्यांच्यासमवेत कोल्हापूरला येत होतो. गृहमंत्र्यांचा तो सहवास. भोंगा वाजवत सुरक्षा अधिकाऱ्यांची गाडी पुढं धावत होती. मधे आमची गाडी, मागे सुरक्षा अधिकाऱ्यांची गाडी. तिन्ही गाड्यांत ठरावीक अंतर, वेग-मर्यादा ठरलेली.

गाड्या धावत होत्या. रस्त्यावरच्या साऱ्या गाड्या जिथल्या तिथं थांबलेल्या. गावामागून गावं जात होती. ड्रायव्हर शेजारी त्यांचे स्वीय सहायक होते. मागील बाजूस मी आणि बाळासाहेब दोघेच.

गाडी धावत असतानाच त्यांच्या कानांवर सनईचे सूर आले. एका छोट्या गावात लग्न-समारंभ सुरू होता. मंगलाष्टकं ऐकू येत होती. बाळासाहेबांचं लक्ष त्या लग्नमंडपाकडे गेलं. त्यांनी ड्रायव्हरला गाडी थांबवायला सांगितली.

गाडी का थांबली, हे माझ्या लक्षात येईना. मी विचारलं,

''साहेब, गाडी का थांबवलीत इथं?''

पायलट कार पुढं धावत होती. गृहमंत्र्यांची गाडी थांबली आणि त्या गाडीमागे

असलेली सुरक्षा अधिकाऱ्यांची जीपही थांबली.

गाडीतून उतरता-उतरता बाळासाहेब मला म्हणाले,

"अरे, लग्न-समारंभ सुरू दिसतोय. एक नाजूक वेल मांडवावर चढते आहे. वधू-वरांना शुभेच्छा देऊ या की!"

त्यावेळी बाळासाहेबांचं एक वेगळंच रूप मी पाहत होतो. त्यावेळी ते राजकारणी नव्हते. गृहमंत्री नव्हते, तर एक प्रेमळ पिता होते.

महाराष्ट्राचा गृहमंत्री लग्नाचं आमंत्रण नसताना गाडी थांबवतो, उतरतो, शुभाशीर्वाद देतो. हे सारंच मला अनाकलनीय वाटत होतं.

धोतर सावरत, माझ्या खांद्यावर हात ठेवत ते लग्न-मंडपात आले. लग्न-मंडपात धावपळ उडाली. बाळासाहेब देसाई लग्नाला आले, ही वधू-वरांकडील साऱ्यांनाच आश्चर्य वाटण्यासारखी गोष्ट होती. खुर्च्या आणल्या गेल्या.

मंगलाष्टकं झाली. लग्नसमारंभ झाला. बाळासाहेबांना नमस्कार करायला वधू-वर आले. त्यांना प्रेमभरानं बाळासाहेबांनी आशीर्वाद दिला. दोघांची चौकशी केली आणि आम्ही गाडीत येऊन बसलो.

मंडपातून बाहेर येताना मी पाहत होतो. बाळासाहेब रुमालानं डोळे पुसत होते.

गाडी सुरू झाली आणि ते मला म्हणाले,

"रणजित, अरे, आशीर्वाद देण्यासारखा आनंद दुसऱ्या कशात आहे? त्या मुलीचा संसार सुखाचा व्हावा. दोघांनी सुरेख संसार करावा, गरिबी असली, तरी दोघांनीही स्वाभिमानानं जीवन जगावं, असं मला वाटतं. रणजित, आयुष्यात एक गोष्ट लक्षात ठेव. आशीर्वाद देण्याची संधी कधीही दवडू नको. त्यासाठी मान-अपमान, निमंत्रण नाही, असले विचार कधीही मनात आणू नकोस. आशीर्वाद देण्यासारखा आनंद दुसरा कशात आहे सांग?"

गाडी धावू लागली. मला मोठ्या मनाचं दर्शन घडत होतं. त्यांचा हा सहवास ओढ लावणारा होता.

विचारांच्या तंद्रीत कोल्हापूर कधी आलं, तेही कळलं नाही.

- आणि परवा कोल्हापूरला अशाच एका लग्नाला गेलो होतो. लग्न-समारंभ मोठा होता. विविध क्षेत्रांतल्या मान्यवर व्यक्ती या विवाह-सोहळ्यासाठी आल्या होत्या. माझ्या शेजारी एक जाणकार, नामवंत लेखक बसले होते. लग्न-समारंभ सुरू झाला. हातात मंगलाष्टकांचा कागद होता. एका हातात तो कागद, दुसऱ्या हातात अक्षता होत्या. मंगलाष्टकं संपली. मंगलाष्टकांच्या त्या कागदाची मी व्यवस्थित घडी केली आणि तो कागद खिशात ठेवला. माझ्या शेजारी बसलेले ते ज्येष्ठ लेखक, त्यांनी हातातल्या मंगलाष्टकांच्या त्या कागदाचा चोळामोळा केला.

त्यांच्या दृष्टीनं अक्षतांनी खराब झालेले हात त्या मंगलाष्टकांच्या कागदाला पुसले. कागद फेकून दिला. उठता-उठता म्हणाले,

"बराय... जरा गडबड आहे. जातो मी."

ते गृहस्थ निघून गेले. माझ्या मनात विचार आला :

'एका मुलीची संसारवेल मांडवावर चढत असताना, मांडवात लग्न-समारंभ चालू असतानाच मंगलाष्टकांचा चोळामोळा करणारा तो सुशिक्षित, सुसंस्कृत लेखक कुठं आणि आमंत्रण नसताना एका अनोळख्या वधूला आशीर्वाद देण्यासाठी, गाडी थांबवून उतरणारा महाराष्ट्राचा गृहमंत्री कुठं?

ही दोन दृश्यं माझ्या मनावर विरोधाभासासह कोरली गेली होती.

न उलगडणारं कोडं

एकतीस डिसेंबर.

रात्र हळूहळू पुढे सरकत होती. लॅमिंग्टन रोड ओलांडला आणि त्रिभुवन रोडवर आलो. याच रस्त्यावर त्रिभुवन बिल्डिंगमध्ये माझा मित्र शाहीर गव्हाणकर राहत होता.

एकच खोली. पाच माणसं. तो, त्याची पत्नी आणि त्याची तीन मुलं. जागा अपुरी होती. तरीही मुंबईला गेलो, की मी या मित्राच्या घरी उतरत असे. छोट्याशा जागेत राहणारा हा मित्र मनानं मात्र प्रशस्त होता. स्नेह आणि जिव्हाळा फार मोठा होता. मी त्याच्या कुटुंबीयांपैकीच एक होतो. वास्तविक कुठल्याही आलिशान हॉटेलमध्ये मी राहू शकत होतो. तशी माझी आर्थिक परिस्थिती बरी होती. पण मी हॉटेलमध्ये राहिलेलं माझ्या जिवलग मित्राला -शाहीर गव्हाणकरला मुळीच आवडत नसे.

शाहीर गव्हाणकर आणि माझी मैत्री वाढत गेली 'रंगल्या रात्री अशा' या माझ्या चित्रपटापासून. राजा ठाकूर हा आमच्या स्नेहवाढीतला मुख्य! शाहिराच्या या छोट्याशा खोलीत राहत असताना मी नेहमी प्रसन्न असे. कधीही गुदमरल्यासारखं वाटलं नाही मला.

शाहीर गव्हाणकर हा कम्युनिस्ट

विचारप्रणालीचा. त्याचे मित्र शाहीर अमर शेख, अण्णा भाऊ साठे यांच्या विचारांशी मी कधीच समरस झालो नव्हतो. तरीही आमच्या स्नेहात कधीही दुरावा निर्माण झाला नाही. राजकीय मतभेद कधीही आमच्या मैत्रीआड आले नाहीत. आमची ही मैत्री अखेरपर्यंत, गव्हाणकरांच्या निधनापर्यंत कायम होती.

मी त्रिभुवन रोडवर प्रवेश केला. हातातील बॅग घेऊन मी तीन मजले चढून गेलो. दारापाशी घंटी वाजवली. वहिनींनी दार उघडून हसतमुखानं स्वागत केलं. खोलीत गेलो. बॅग कोपऱ्यात ठेवली. त्या खोलीच्या निम्म्या भागात झोपण्याची खोली. निम्म्या भागात स्वयंपाकघर, छोटासा व्हरांडा, पाठीमागे स्वच्छतेची खोली. अशी खोलीची रचना होती.

आमच्या गप्पा सुरू झाल्या. एक मोठं भांडं भरून भडंग केले होते. शाहीर मला म्हणाला,

"दादा, आज भडंगाचा मस्त बेत केलाय."

'मस्त बेत केलाय', या शाहिराच्या बोलण्याचा अर्थ मला कळत होता. महिनाअखेर असल्याचं मला जाणवत होतं. शाहिरानं 'फकीरा' चित्रपट काढल्यामुळे कर्जाचा डोंगर झाला होता. घरात फक्त एक माणूस मिळवतं. आमच्या वहिनी! शाहीर पार्टीचं काम करायचा. सारं घर वहिनीवर उभं होतं. संसाराच्या उन्हा-पावसाशी आमची ही वहिनी धीरानं तोंड देत होती. प्रपंचाचा गाडा ओढीत होती. तरीही ती प्रसन्न होती. आनंदी होती. समाधानी तर होतीच होती!

माझ्या खिशात पैसे होते. समोरच्या पंजाबी हॉटेलमधून मी सर्वांसाठी जेवण मागवू शकलो असतो. पण शाहिराला ते आवडलं नसतं, मी म्हणालो,

"व्वा! सुरेख बेत!"

मी त्यांच्या आनंदात सहभागी झालो. आम्ही भडंग खाल्लं. भरपूर पाणी प्यालो. मी म्हणालो,

"मस्त बेत झाला हं आज. फार दिवसांत इतके सुरेख भडंग खायला मिळाले."

शाहीर अडाणी नव्हता. माझ्या बोलण्याचा अर्थ त्याला कळत नव्हता, असं नाही; पण तो काही करू शकत नव्हता. तो म्हणाला,

"दादा, ही अशी परिस्थिती. या परिस्थितीपुढं सर्वांना केव्हा ना केव्हा नमावंच लागतं. या देशातल्या सर्वांना चांगल्या तऱ्हेनं जगता यावं, असं वाटतं. ते भाग्य या देशाला कधी लाभेल, तेव्हा लाभेल!"

शाहीर खूप काही बोलून गेला.

पलंगावर माझं अंथरूण. माझ्या शेजारी पलंगाजवळ शाहीर, त्याच्या शेजारी त्याची मुलं-पत्नी. मन सारखं कसला तरी विचार करीत होतं.

शाहीर माझ्या जवळ येऊन बसला. प्रवासानं मी दमून गेलो होतो. पण शाहिराच्या एका वाक्यानं माझी झोप पार उडून गेली होती. तो सांगत होता...

''फकीरा'ला अर्थसाहाय्य करण्याची माझी ताकद नव्हती. पण पार्टीनं सारी जोखीम माझ्यावर टाकली. मी ती स्वीकारली. 'फकीरा' पुरं झालं. पण ते चाललं नाही आणि ही सारी जबाबदारी माझ्यावर येऊन पडली. दादा, आयुष्यात केव्हा तरी कर्तव्यासाठी जीवनाची होळी करून घ्यावी लागते. ती मी केली.''

माझ्या डोळ्यांत पाणी तरळलं-

शाहीर म्हणाला,

''दादा, तू झोप शांतपणानं.''

मी म्हणालो.

''शाहीर, तू केलंस, त्यात वावगं असं काहीच केलं नाहीस. आयुष्यात माणसानं कुठं तरी आपल्या निष्ठेपायी स्वत:ला झोकून द्यावं लागतं. ते पाप नाही. पुण्य आहे. याचं फळ कधी ना कधी निश्चित मिळेल!''

केव्हा झोप लागली, ते कळलं नाही.

आलिशान हॉटेलमध्ये अशी शांत झोप लागली असती, की नाही कुणास ठाऊक; अशी शांत झोप त्या दिवशी लागली.

शाहिराची भेट अधूनमधून होत राहिली. तो त्याच्या कामात मग्न. मी माझ्या लेखनात-व्याख्यानात!

मी साखरवाडीला एका व्याख्यानासाठी गेलो होतो आणि तिथंच शाहीर गेल्याची बातमी कळली.

राहून-राहून मला त्याचा सहवास आठवत राहिला. गप्पा आठवत राहिल्या. कोवाडमधील त्याच्या गाठीभेटीचं स्मरण होत राहिलं...

मी भाषण कसंबसं आटोपलं आणि लवकरात लवकर पुणं गाठलं. पुढं पुण्याहून मुंबई.

शाहिराच्या घरात मी पाऊल टाकलं आणि मला भडभडून आलं.

माझा शाहीर मैफलीतून केव्हाच निघून गेला होता. वहिनींना, मुलांना भेटलो. दु:खाला धरबंद नव्हता. सांत्वन कुणी कुणाचं करायचं? स्तब्ध होतो. तोंडातून शब्द बाहेर पडत नव्हता.

शाहीर गव्हाणकरांचं नाव निघालं की, तो सहवास आठवतो.

त्याची मुलं आता कर्तबगार झाली आहेत. मुलगा कर्तबगार आहे. अमेरिकेत

सुखानं संसार करीत आहे. धाकटी प्रतिमा. तिचाही संसार सुखाचा चालला आहे.

पण असलं सुख माझ्या मित्राच्या, शाहीर गव्हाणकराच्या वाट्याला कधी आलंच नाही.

माणसानं आयुष्यभर केलेली धडपड. या धडपडीला आलेलं यश त्या माणसाला पहायला का मिळालं नाही, हे कोडं मला आजही उलगडत नाही.

निर्मळ मनाचा माणूस

नांदेडला नाट्य संमेलन भरलं होतं. त्यासाठी मी, पु. ल. देशपांडे, सौ. सुनीताताई, वसंतराव देशपांडे दोन-चार गाड्यांमधून जात होतो. माझे प्रकाशक रा. ज. देशमुख बरोबर होते.

आम्ही नांदेडला पोहोचलो. संमेलनाचे अध्यक्ष पु. ल. देशपांडे यांचं स्वागत करण्यात आलं. मी आणि रा. ज. देशमुख संमेलनाच्या कार्यालयाजवळ आलो आणि प्रा. नरहर कुरुंदकरांचं मला इथं प्रथम दर्शन झालं. देशमुखांनी माझी ओळख करून दिली. कार्यबाहुल्यामुळे म्हणा किंवा स्वभावातील तिरसटपणामुळे म्हणा, कुरुंदकरांचं ते प्रथम दर्शन मला फारसं आनंददायी वाटलं नाही. कुरुंदकर आपल्याच नादात होते. आमच्याकडे त्यांचं लक्षही नव्हतं.

आम्ही त्यांचा निरोप घेऊन निघालो.

रा. ज. देशमुख आणि मी आमच्या निवासस्थानी आलो.

मी देशमुखांना म्हणालो,

"असल्या या उद्धट माणसाशी मला पुन्हा बोलायला लावू नका, बरं का!"

रात्री दहाचा सुमार असेल. दारावर टकटक ऐकू आली. दार उघडलं.

देशमुख मला म्हणाले,

"कुरुंदकर आलेत भेटायला."

मी म्हणालो,

"सांगा त्यांना, मी झोपलोय म्हणून."

- आणि आमचं हे संभाषण चालू असतानाच कुरुंदकरांनी खोलीत प्रवेश केला.

कुरुंदकर आपल्या किनऱ्या आवाजात म्हणाले,

"अहो, खोटं कशाला बोलता? मी तुमची माफी मागायला आलोय. अशी संमेलनं भरवून ती व्यवस्थित पार पाडणं सोपं नाही, देसाई! संमेलनास यशवंतराव चव्हाण येतात की नाही, याची आम्हाला चिंता पडलीय.आचार्य अत्रे, पु. भा. भावे संमेलनास यायचे आहेत. या दोघांचं भांडण न होता संमेलन कसं पार पडेल, याची काळजी आहे. तेव्हा कृपा करून रागावू नका आमच्यावर. काही चुकलंमाकलं तर खपवून घ्या."

कुरुंदकर बोलत असतानाच मी पानाचा डबा पुढं केला.

"घ्या, पान घ्या, कुरुंदकर. पान हे प्रेमाचं प्रतीक आहे." मी म्हणालो.

पान जमलं आणि स्नेहही जमला आणि तो अखेरपर्यंत टिकलाही.आमची मैत्री सतत चढती वाढती राहिली.

कुरुंदकर वयानं माझ्यापेक्षा लहान; पण प्रचंड बुद्धिमत्ता असलेले साक्षेपी, व्यासंगी गृहस्थ! मी 'श्रीमान योगी' लिहीत होतो, त्यावेळची ही आठवण!

'श्रीमान योगी' लिहून पूर्ण झाल्यावर हस्तलिखित आणि संदर्भाचं बाड घेऊन मी नांदेडला गेलो. 'श्रीमान योगी'त काही उणीव राहू नये, नरहर कुरुंदकरांसारख्यांनी ती एकदा वाचावी, हा नांदेडला येण्यामागचा माझा हेतू. मी येणार असल्याचं त्यांना कळविल्यामुळे माझी राहण्याची व्यवस्था त्यांनी सर्वोदय केंद्रामध्ये केली होती. माझ्या दिमतीला त्यांचे दोन-तीन शिष्यवर होतेच. कानेडखेडकर, महामुनी यांच्यासारखे.

सकाळी कॉलेजला जाता-जाता ते सर्वोदय केंद्रात डोकावून जात असत. कॉलेजमधलं काम संपवून परत जाताना 'श्रीमान योगी'चं हस्तलिखित घरी नेत आणि दुसऱ्या दिवशी वाचलेला भाग ठेवून जात. मग त्यावर संध्याकाळी चर्चा. असा आमचा कार्यक्रम सुरू होता.

कादंबरी संपत आली. संभाजी महाराजांबद्दल कुरुंदकरांना भारी प्रेम.

शिवाजी महाराजांच्या मृत्यूला संभाजीराजे कारणीभूत झाले, हा माझा समज.

- आणि इथंच माझा आणि कुरुंदकरांचा वाद सुरू झाला.

आपली गांधी टोपी हातावर आपटत कुरुंदकर म्हणाले,

''तुम्ही कादंबरीकार आहात, हवं ते लिहायला तुम्हाला मोकळीक आहे. पण एक गोष्ट लक्षात ठेवा, इतिहास तुम्हाला कधी क्षमा करणार नाही.''

कुरुंदकरांच्या वाक्यानं माझा संताप अनावर झाला. मीही चिडून म्हणालो, ''इतिहास नीट वाचता येत नाही, मग सांगता कशाला?''

''ठीक आहे, मी जातो.'' असे म्हणून कुरुंदकर संतापानं निघून गेले.

मी रागाच्या भरात बोलून गेलो खरा, पण त्या दिवशी मी अस्वस्थ होतो.

संध्याकाळी डॉ. महामुनी सर्वोदयात आले. त्यांना मी विचारलं,

''गुरुजी कुठं आहेत?''

महामुनींनी सांगितलं,

''गुरुजींनी आज एकही वर्ग घेतला नाही. ते ग्रंथालयात बसून आहेत. काहीतरी संदर्भ शोधताहेत.''

''संदर्भासाठी ग्रंथालयात कशाला गेलेत? मी आणलेत ना बरोबर जरूर ते संदर्भग्रंथ.''

आमचं हे बोलणं सुरू असतानाच कुरुंदकर आत आले आणि म्हणाले,

''काय देसाई, झाला का राग शांत?''

मी म्हणालो,

''माझा झालाय. तुमचा?''

कुरुंदकर प्रसन्नपणे हसले.

आमच्या गप्पागोष्टी सुरू झाल्या.

पुन्हा गप्पांच्या ओघात संभाजीराजांचा विषय निघाला. मी म्हणालो,

''कुरुंदकर, एक गोष्ट लक्षात घ्या तुम्ही. माझी ही कादंबरी शिवाजी महाराजांच्या मृत्यूबरोबर संपते. संभाजीराजांनी नंतर कोणते पराक्रम केले, त्यांची दखल या कादंबरीत घेण्याची मला गरज नाही.''

कुरुंदकर क्षणभर स्तब्ध झाले. म्हणाले,

''म्हणजे देसाई, नेमकं तुम्हाला काय म्हणायचं आहे?''

''मला एवढंच म्हणावयाचं आहे, की संभाजीराजे मोगलांना मिळाले, तिथंच माझी कादंबरी संपते.''

नजर चुकवीत कुरुंदकर म्हणाले.

''मान्य आहे, देसाई, याबाबतीत आपण न बोलावं, हेच ठीक. तुमचा निर्णय तुम्हीच घ्यायचा आहे; पण एक गोष्ट निश्चित. तुमची कादंबरी विषयाला धरून

आहे, याबद्दल माझं दुमत नाही.''

आज कुरुंदकरांविषयी ज्या ज्या वेळी मी विचार करू लागतो, त्यावेळी सहज मनात येऊन जातं. माझं भाग्य थोर, म्हणूनच कुरुंदकरांसारखी निर्मळ मनाची व्यक्ती स्नेही म्हणून मला लाभली.

कादंबरीविषयी आपलं मत व्यक्त करणारा असा थोर व्यासंगी पुरुष मी पाहिला नाही.

मला दिसलेले भाऊ

सकाळी वर्तमानपत्र उघडलं आणि पहिल्याच पानावर भाऊंचा फोटो दिसला. वर ठळक मथळा होता. 'वि. स. खांडेकरांना ज्ञानपीठ पारितोषिकाचा मान.' ते वाचून मन आनंदानं भरून आलं. भाऊंचं हे यश पाहिलं, याची मला धन्यता वाटली.

साहित्य संमेलनाचे अध्यक्ष, साहित्य अकादमी पारितोषिक असे अनेक सन्मान भाऊंना आजवर मिळाले आहेत. साहित्य क्षेत्रातील त्यांचा अधिकार जाणून भारत सरकारनं त्यांना 'पद्मभूषण' किताब देऊन गौरविलं. अकादमीनं फेलोशिप देऊ केली. ज्ञानपीठ पारितोषिकाच्या रूपानं मराठी भाषा सन्मानित झाली आहे. हे अपूर्व भगीरथाचं यश भाऊंनी मिळवलं...

हे सारं आठवत असता अनेक वर्षांतल्या भाऊंच्या सहवासातील दिवस आठवतात.

एकदा भाऊंच्या बरोबर सकाळी मी फिरायला गेलो होतो. राजारामपुरीच्या सातव्या रस्त्यावर त्यावेळी भाऊ राहत होते. आम्ही फिरून गावाकडे येत असताना रस्त्यानं जात असलेली एक म्हातारी भाऊंना दिसली. ती नजीक आली असता, तिच्या हातातील काठी निसटली. मी ती काठी उचलून

म्हातारीच्या हाती दिली. भाऊंनी विचारलं,

"काय आजीबाई, कुठं निघाला?"

म्हातारीनं वर पाहिलं. ती म्हणाली,

"लेकरा, कामधंदा न्हाई केला, तर पोट भरंल व्हय?"

झालं! भाऊंनी तिच्याशी बोलायला सुरुवात केली...

त्या म्हातारीच्या घरी सारं होतं. मुलं होती. सुना होत्या. पण आता म्हातारीला कोणी पाहत नव्हतं. त्या म्हातारीची कहाणी ऐकून भाऊ बेचैन झाले.

(भाऊ बेचैन झाले, की अकारण चश्मा काढून पुसू लागतात.)

भाऊंनी म्हातारीला विचारलं,

"मग काम करून काय मिळतं?"

"काय मिळणार? कुनी भाकरी-तुकडा देतं. कोन चार-आठ आनं देत्यात."

भाऊ त्या म्हातारीला घेऊन घरी आले. तिला चहा दिला. आतून पाच रुपयांची नोट आणून तिच्या हाती दिली. म्हातारी काम मागू लागली. भाऊंनी तिची समजूत काढून तिला पाठवून दिली.

- आणि त्यानंतर भाऊ 'अशा माणसांसाठी, त्यांची काळजी घेणाऱ्या संस्था निघाल्या पाहिजेत' या विषयावर बोलू लागले. संध्याकाळी गेलो, तेव्हादेखील भाऊंच्या बोलण्यात तोच विषय होता.

भाऊंच्या घरच्या दारावर भेटण्याच्या वेळेचं पत्रक लावलं असलं, तरी त्याला फारसं कुणी जुमानत नाहीत. भाऊंच्या दारी गेलं असता भाऊ भेटतात, ही साऱ्यांची खात्री आहे. लेखक, वाचक यांच्याबरोबरच अनेक पक्षांचे नेते, कार्यकर्ते, शिक्षक यांची वर्दळ सदैव असते.

भाऊ आपल्या खोलीमध्ये वाचत बसले असता, दाराशी मोटार थांबल्याचा आवाज आला. मी जाऊन दार उघडलं. तीन-चार मान्यवर समाज-कार्यकर्ते आत आले. कामगार संघटना, कामगारांची परिस्थिती यावर ते बोलत होते. भाऊ एकदा आत जाऊन आले. त्या कार्यकर्त्यांचं बोलणं शांतपणे ऐकत होते.

बराच वेळ ही बैठक चालली होती. घरातून चहा आला. भाऊंनी सर्वांना चहा दिला. तरी दोन कप ट्रेमध्ये शिल्लक होते. चहा पीत सारे बोलत असता भाऊंनी चहाचा कप घेतला नाही, हे कुणाच्या तरी ध्यानी आलं, तो म्हणाला,

"भाऊ, तुम्ही चहा..."

"मी घेईन, आपण घ्या."

एवढं बोलून भाऊ उठले. त्यांनी एक कप उचलला आणि ते खोलीबाहेर

आले. घराच्या बाहेर दरवाजात जाऊन त्यांनी गाडीत बसलेल्या ड्रायव्हरला बोलावून आणलं. त्याला चहा घ्यायला लावलं. भाऊ परत बैठकीवर येऊन बसले. एका कार्यकर्त्यानं विचारलं,

''भाऊ, आमच्या कार्याला आशीर्वाद हवा. हे कार्य वाढीला लागण्यासाठी काय करावं?''

भाऊ खिन्नपणे हसले. म्हणाले,

''हे वाढीला लागायचं झालं, तर एका माणसानं दुसऱ्या माणसाशी माणसासारखं वागायला हवं.''

भाऊंचा आवाज रूक्ष, धारदार बनला होता. आलेल्या लोकांनी भराभर मोकळे कप ट्रेमध्ये ठेवले.

भाऊ खाली पाहत हातातल्या नॅपकीनशी चाळा करीत बसले होते. एकानं धीर करून विचारलं,

''भाऊ, आपण काय म्हणालात?''

भाऊ चश्मा पुसत म्हणाले,

''समाज-कार्यकर्ते तुम्ही. मजुरांचं कल्याण चिंता. या देशात जो कष्ट करतो, त्या कष्टाची पैशानं किंमत करून चालणार नाही. त्या श्रमाला प्रतिष्ठा लाभायला हवी. त्यासाठी वागणूक बदलायला शिकलं पाहिजे.''

''वागणूक?''

''हो! तुम्ही इथं येऊन बसलात. पण तुमच्याबरोबर तुम्हाला ज्यानं सुरक्षित आणलं, त्या ड्रायव्हरला आणलं नाहीत. असं काही खासगी बोलणं नव्हतं, की ज्यासाठी त्याला टाळावं. जोवर माणूस म्हणून तुमची आणि त्याची योग्यता एकच आहे, हे तुमच्या अंगवळणी पडत नाही, तोवर या तुमच्या समाजकार्याला काही अर्थ लाभणार नाही.''

आलेली मंडळी गेली आणि भाऊ श्रमाचं मोल आणि प्रतिष्ठा यावर बोलू लागले. नेहमी हे असंच घडतं.

भाऊ साहित्यिक असले, तरी त्यांचा पिंड खऱ्या समाजसेवकाचा आहे. या देशात घडणारी प्रत्येक घटना त्यांच्या चिंतनाचा विषय बनते. पूर, दुष्काळ, आक्रमणं त्यांना बेचैन करतात. दोन वर्षांपूर्वी जेव्हा दुष्काळ पडला होता, तेव्हा त्यांनी मला दुष्काळी भागात फिरायला लावलं. त्याची टिपणं काढायला लावली.

भाऊ हे सारं जागरूकपणे साठवून ठेवतात. भाऊंच्या संग्रही अशा अनेक विषयांवरची कात्रणं नीटपणे जतन केली आहेत.

भाऊ लेखक म्हणून जेवढे मोठे आहेत, तेवढेच ते वाचक म्हणूनही मोठे आहेत. लेखकांना दुसऱ्यांचं लेखन वाचण्याचा केवढा कंटाळा असतो, हे मी जाणतो. पण भाऊंच्या ठायी हा कंटाळा नाही. भाऊ एवढं यश संपादन करूनही निरागस, डोळस वाचक राहिले. नव्या लेखकानं लिहिलेली एखादी चांगली कथा, कविता प्रथम त्यांच्या ध्यानी येते. त्यामुळेच बोरकर, कुसुमाग्रज यांच्यापासून महानोर, सुर्वे यांच्यासारख्या लोकांना त्यांचे आशीर्वाद, प्रोत्साहन लाभलं. भाऊंच्या आशीर्वादामुळे समाजाचं लक्ष वेधून घेतलेल्या साहित्यिकांची यादी फार मोठी आहे. स्वत:चं स्थान विसरून, दुसऱ्याच्या यशाचं एवढं मनमोकळेपणानं कौतुक करणारा साहित्यिक मी माझ्या आयुष्यात दुसरा पाहिला नाही.

अलीकडे भाऊंच्या डोळ्यावर शस्त्रक्रिया झाली. पण ती यशस्वी झाली नाही. भाऊंची दृष्टी मंदावली.

त्यावेळी एक मोठे गृहस्थ भाऊंच्या समाचारासाठी आले. त्यांनी भाऊंना विचारलं-

"भाऊ, तुम्हाला कमी दिसायला लागलं, याचं दु:ख होत नाही?"

भाऊ हसले. दुसऱ्याच क्षणी म्हणाले,

"नाही! वयोमानानं या गोष्टी येणारच! पण खरं सांगू? या दोन डोळ्यांनी फार थोडं पाहता येतं, हे मला दृष्टी अधू झाल्यानंतरच कळलं. मिटल्या डोळ्यांना खूप दिसतं."

भाऊंची दृष्टी मंद झाली; पण त्याचा भाऊंच्या मनावर फार परिणाम झाला नाही. शक्यतो दुसऱ्याची मदत न घेता ते आपली कामं व्यवस्थित करतात. वाचकांकडून नव्या कादंबऱ्या, वृत्तपत्रं नियमितपणे ऐकतात.

एकदा काही कामास्तव मी भाऊंकडे गेलो असता, भाऊंनी दुसऱ्या मजल्यावर जायचं ठरवलं. भाऊ पायऱ्या चढत असता मी त्यांना हात देऊ केला. तो नाकारत भाऊ म्हणाले,

"नको, रणजित. मी आधाराशिवाय जाऊ शकतो."

भाऊ पायऱ्या चढले. योग्य ठिकाणी वळले. जिन्याजवळ येताच त्यांनी हात पुढं केला. जिन्याच्या कठड्याला स्पर्श होताच भाऊ त्या कठड्याच्या आधारानं जिना चढू लागले. मधेच ते थांबले. भाऊ बोलत होते...

"घरात राहून घर कळलं नव्हतं. आता या भिंतीचा, कठड्याचा, साऱ्यांचा जिव्हाळा ध्यानी येतो. घराच्या स्पर्शानं घर बोलकं होतं. खांबदेखील आधार देतो. जडालादेखील जिवंत करणारं हे अंधत्व किती चांगलं आहे, नाही?"

मुळातच भाऊंची प्रकृती अशक्त. पण भाऊंनी त्याची कधी अडचण मानली नाही. त्यांचं लेखन, वाचन अखंड चालूच राहिलं. दृष्टी मंदावली, तरी मी पाहिलेल्या भाऊंमध्ये काही बदल झाला नाही.

भाऊंनी उदंड वाचलं. चिंतन केलं. साहित्य-क्षेत्रात खूप प्रवास केला. कथा, कादंबऱ्या, चित्रपट, निबंध या क्षेत्रात मोठं स्थान निर्माण केलं. इतर भारतीय भाषांतून त्यांच्या साहित्यकृतींचे अनुवादही झाले. मोठे सन्मान मिळाले, पण एवढं सारं मिळवूनही भाऊ मनानं साधे शिक्षकच राहिले. 'जीवनासाठी कला' हे ब्रीद ठेवून मानवतेची मूल्यं जतन करण्यासाठी त्यांनी लेखणीचं बळ वापरलं.

'थोरले माधवराव पेशवे' हा त्यांना सुचलेला विषय. 'अजिंक्य' या नावानं ती कादंबरी जाहीरही केली होती. मला जेव्हा त्या विषयावर कादंबरी लिहावी, असं वाटलं, तेव्हा मी भाऊंना बोलून दाखवलं. क्षणाचाही विलंब न करता भाऊ म्हणाले,

"जरूर लिही..."

आपला विषय दुसऱ्याला देणं हे केवढं कठीण असतं, हे जे लेखक असतील, त्यांनाच कळू शकेल.

मी माधवरावांच्या जीवनावर 'स्वामी' कादंबरी लिहिली. त्या कादंबरीचं खूप कौतुक झालं.

'स्वामी'ला जेव्हा 'साहित्य अकादमी'चं पारितोषिक मिळालं, तेव्हा मी भाऊंना भेटायला गेलो.

भाऊंच्या घरच्या पायऱ्या चढताना मिळालेल्या यशाच्या आनंदानं मन धुंदावलं होतं. आकाशाला हात लागलेला गर्व मनात दडला होता. भाऊ भेटताच त्यांच्या पायांवर मस्तक ठेवलं.

भाऊ 'स्वामी'च्या यशानं खूप आनंदित झाले होते. मी आशीर्वाद मागितला आणि भाऊंनी सहजपणे आशीर्वाद दिला...

"तुझं 'राधेय' प्रसिद्ध होईल, तेव्हा 'ययाती'ची कुणाला आठवण न राहावी, असं यश तुला मिळो!"

भाऊंचा आशीर्वाद ऐकला आणि यशाचा अहंकार कुठच्या कुठं निघून गेला.

हिमालयाची शिखरं खूप उंच आहेत, हे प्रथमच जाणवलं.

असं उदंड देणारा दाता, गुरू मिळणं कठीण!

तो बेचैनीचा दिवस

कोवाडला माझं लेखन सुरू होतं.

रात्रीची वेळ, रेडिओवर बातम्या सुरू होत्या. सहसा रेडिओवरील बातम्या मी ऐकत नाही. पण त्या दिवशी उत्सुकतेनं बातम्या ऐकण्याचं कारण विन्स्टन चर्चिल यांची प्रकृती गंभीर होती. त्या माणसाच्या जीवनाविषयी मला भारी आदर. त्यांनी भारताच्या स्वातंत्र्याला विरोध केला, हे खरं असलं तरी आमच्या या चर्चिलसाहेबांनी ब्रिटिश स्वातंत्र्य टिकविण्यासाठी केलेली धडपड, पराकाष्ठा मी कधीही विसरू शकत नाही. स्वातंत्र्य मिळवणं एक वेळ सोपं असतं; पण ते टिकवणं भारी अवघड असतं. ज्या माणसानं लंडनवर हल्ला झाला असताना जगविख्यात भाषण केलं, त्याचंही आज बातम्या ऐकताना स्मरण होत होतं.

'आम्ही सागरावर लढू, भूमीवर लढू. प्रसंगी गल्लीबोळांतूनही लढावं लागलं, तरी तेही करू. पण इंग्लंड कधीही पराभूत होणार नाही...' हा आत्मविश्वास ज्या विन्स्टन चर्चिलनी सतत बाळगला, ते चर्चिल अत्यवस्थ होते आणि त्यांच्या प्रकृतीविषयीची बातमी ऐकायची होती. म्हणून मी रेडिओला कान लावून बसलो होतो.

चर्चिलच्या आठवणी, भाषणं मी वाचली

होती. त्यांच्या विक्षिप्तपणाच्या कथाही मला माहीत होत्या. चर्चिल आणि चिरूट हे समीकरण ठरलेलं होतं.

एका जगप्रसिद्ध छायाचित्रकारानं (स्कार्व्हज ऑफ ओटावा) चर्चिलचा फोटो काढायचा ठरविलं होतं. चर्चिलनं फोटो द्यायचं मान्य केलं. पण त्या छायाचित्रकाराला चर्चिलसाहेबांचा चिरुटाशिवाय फोटो घ्यायचा होता. त्या छायाचित्रकारानं चर्चिलसाहेबांच्या तोंडातला चिरूट हिसकावून घेतला. चर्चिलसाहेब चिडले आणि तेवढ्यात त्या छायाचित्रकारानं छायाचित्र घेतलं आणि तेच छायाचित्र पुढं खूप गाजलं. त्या छायाचित्राचीही आठवण मला झाल्याशिवाय राहिली नाही.

चर्चिलसाहेबांचा भारताबद्दलचा द्वेष मला माहीत होता; पण त्याचबरोबर आपल्या देशावरील निष्ठा, प्रेम हेही मला माहीत होतं. देशभक्त कसा असावा, याचा चर्चिलसाहेब मला आदर्श वाटत होते.

बातम्या संपत आल्या, माझा लेखनिक पांडुरंग कुंभार याला मी रेडिओ बंद करायला सांगितला. तो रेडिओ बंद करणार, एवढ्यात साहित्य अकादमीची पारितोषिकं जाहीर होऊ लागली. भाषा, पुस्तकाचं नाव, ग्रंथकाराचं नाव या क्रमात नावं सांगितली जात होती. मल्याळी, गुजराथी, कन्नड या भाषांतली पुस्तकांची नावं सांगितली गेली आणि पाठोपाठ-मराठी-स्वामी-रणजित देसाई...''

क्षणभर मला काहीच कळेनासं झालं. मी म्हणालो,

''पांडू, अरे आपल्या 'स्वामी'नं जिकलं!''

त्या वेळच्या माझ्या प्रवृत्तीचं आता या वयात मला हसू येतं. पण त्यावेळी माझं वय होतं अवघं सदतीस वर्षांचं. एवढ्या लहान वयात मला अकादमीचं पारितोषिक मिळालं होतं. आनंद झाला होता. तो कुणापाशी व्यक्त करायचा, कसा करायचा, काही कळत नव्हतं.

रात्र वाढत चालली होती.

मी धावत थोरल्या भावाकडे गेलो. म्हणालो,

''दादा, बसलात काय? 'स्वामी'नं अकादमी ॲवॉर्ड जिकलं. रामाच्या देवळात जा. साखर ठेवून या-''

राम हे आमचं कुलदैवत.

गावात फटाके वाजत होते. ते आवाज सारखे कानांवर पडत होते. 'स्वामी'च्या बक्षिसाची ही बातमी साऱ्या कोवाडमध्ये पसरली होती. सारा गाव आनंदात बुडून गेला होता.

मी भानावर आलो. त्या आनंदाची धुंदी उतरायला फार वेळ लागला नाही. झोप येत नव्हती. मी अंथरुणावर नुसता पडलो होतो...

शेतात गुऱ्हाळ सुरू होतं; याची मला आठवण झाली. मी उठलो आणि

शेताच्या दिशेनं चालू लागलो. बरोबर नोकर होताच. भरभर चालत शेतात कधी आलो, ते कळलं नाही-

एवढ्या रात्री मी आलेला पाहून गुऱ्हाळघरातील लोकांना आश्चर्य वाटलं-

गुऱ्हाळाच्या मुख्य माणसाला मी सांगून टाकलं,

"गुऱ्हाळावर काम करणाऱ्या सगळ्या मजुरांना आजच्या कामाची मजुरी, आजच देऊन टाका. हिशेबात ही मजुरी धरू नका..."

सर्वांच्याच चेहऱ्यांवर आनंद ओसंडून जात होता.

मी शेतावरून घरी परतत होतो. मला आठवण होत होती माझ्या आजीची - मला लहानाचं मोठं तिनं केलं. ती म्हणायची,

"तू कधी मोठा होशील, रे? तुला हारतुरे घातलेले मला बघायला मिळतील का, रे?"

ही माझी आजी आज नव्हती. नाहीतर तिच्या आनंदाला पारावार राहिला नसता. ही माझी आजी केव्हाच गेली होती...

घरी वाड्यावर परत आलो. झोप तर पार गेली होती - जेवणाकडेही लक्ष नव्हतं. बेचैनी क्षणाक्षणाला वाढत होती.

सारी रात्र अशीच काढली.

मनाची तगमग क्षणाक्षणाला वाढत होती. काय करावं, सुचत नव्हतं. एवढा आनंदाचा प्रसंग असताना, ही अशी मनाची तगमग का वाढावी? खरोखर याचं कारण काय असावं?

या प्रश्नाचं उत्तर मिळू शकेल, मनाला विसावा मिळेल, असं एकमेव आशास्थान होतं; ते म्हणजे भाऊसाहेब खांडेकर! माझे गुरू, भाऊसाहेब खांडेकर!

मी सरळ बेळगाव गाठलं. राजाभाऊ मराठे माझे स्नेही. 'स्वामी'च्या बातमीनं त्यांनाही आनंद झाला होता. वेगवेगळ्या प्रकारांनी ते अभिनंदन करण्याचा प्रयत्न करीत असताना मी त्यांना थांबवलं, म्हटलं.

"चला, आपल्याला ताबडतोब कोल्हापूरला जायचंय भाऊंना भेटायला."

राजाभाऊंनी आपली गाडी काढली आणि कोल्हापूरच्या दिशेनं आमचा प्रवास सुरू झाला.

गाडीनं वेग घेतला होता. पण माझ्या मनाची सैरभैरता कमी झाली नव्हती. भाऊंना कधी भेटेन, असं झालं होतं.

आम्ही कोल्हापूरला पोहोचलो, त्यावेळी दुपार झाली होती. त्यावेळी भाऊ राजारामपुरीत सातव्या गल्लीत 'मुक्ताश्रमात' राहत होते.

दारावरील घंटी वाजवली. सुलभानं दार उघडलं. मी विचारलं,

"भाऊ कुठं आहेत?"

"झोपलेत.'' ती म्हणाली.

माझ्यात यशाच्या उन्मत्तपणाचा कैफ चढला होता - मी सांगितलं,

"उठव भाऊंना.''

तिनं भाऊंना उठवलं. भाऊ जिन्याच्या पायऱ्या उतरून खाली आले. त्यांना बघताच माझा सारा कैफ उतरला होता. मी भाऊंच्या पायांवर डोकं ठेवलं.

भाऊ मला उठवत म्हणाले,

"रणजित, भाग्याचा दिवस आहे! माझी प्रकृती थोडी बरी असती ना, तर मीच तुझं अभिनंदन करायला कोवाडला आलो असतो.''

"भाऊ, मी फार बेचैन आहे. मला ही बेचैनी कमी व्हायला काहीतरी सांगा. मला स्तुती नको आहे.''

"रणजित, अचानक यश, कीर्ती अशी दाराशी चालून आली ना, की असंच बेचैन व्हायला होतं माणसाला. यात अस्वाभाविक असं काहीच नसतं बरं का! वयाच्या साठाव्या वर्षी ज्यावेळी 'ययाती'ला अकादमीचं पारितोषिक मिळालं, त्यावेळी मीसुद्धा तुझ्यासारखाच बेचैन होतो आणि तुला तर हे पारितोषिक वयाच्या सदतिसाव्या वर्षी मिळालंय. या आनंदाचा अर्थ तुला आता कळणार नाही. पण जर का तुला एखादा शिष्य मिळाला आणि अगदी लहान वयात जर त्यानं असंच तुझ्यासारखं यश मिळवलं, तर माझ्यासारखाच तुलाही आनंद झाल्याशिवाय राहणार नाही.''

"भाऊ, मला तुमचा आशीर्वाद हवा आहे. फक्त आशीर्वाद! बस्स, आणखी काही नको.''

"कसला आशीर्वाद! तू यापुढं काय लिहिणार आहेस?''

त्यावेळी माझ्या मनात 'श्रीमान योगी' लिहायची नव्हती, 'राधेय' ही कर्णाच्या जीवनावरची कादंबरी लिहायची होती. मी म्हणालो,

"भाऊ, कर्णाच्या जीवनावर 'राधेय' ही कादंबरी लिहितोय.''

भाऊ प्रसन्नपणे हसले आणि म्हणाले,

"जेव्हा तुझी 'राधेय' प्रसिद्ध होईल ना, तेव्हा 'ययाती'ची कुणाला आठवणही होऊ नये! हाच माझा तुला आशीर्वाद!''

भाऊंच्या आशीर्वादानं त्या क्षणी सारं काही मिळालं.

माझ्या डोक्यात चढलेलं 'यश' आता कमी झालं होतं. कालपासून मनावर असलेलं ओझं एकदम कमी झालं होतं.

माणसं किती मोठी असतात, याची एक जाणीव त्यावेळी माझ्या मनात सतत जागी झाली.

आता माझे पाय जमिनीला लागले होते.

ते त्रेसष्ट रुपये

मुंबईला मी माझ्या घाटगेकाका यांच्या फ्लॅटमध्ये राहत होतो. काका आणि ग्वाल्हेरचे शिवाजीराव महाराज यांचा अतिशय निकटचा स्नेह. त्यामुळे शिवाजीराव महाराज मुंबईला आले, की काकांकडे येत असत.

महाराज काकांकडे आले होते. चहापान झालं. गप्पा-गोष्टी झाल्या. अर्थात त्यांच्या या संभाषणात माझा असा कोणताच सहभाग नव्हता. त्यावेळी मी फक्त त्यांचं संभाषण ऐकत होतो. गप्पा संपल्या आणि जाता-जाता महाराजांचं लक्ष माझ्याकडे गेलं. त्यांनी काकांना विचारलं,

"हा कोण?"

काकांनी माझी ओळख करून दिली. त्यानंतर कित्येक वर्षांची ओळख असल्यासारखे महाराज मला एकदम म्हणाले,

"येतो का रे, माझ्याबरोबर शॉपिंगला?"

- आणि मी त्यांच्याबरोबर बाहेर पडलो.

सकाळची साडेदहा-अकराची वेळ असेल. महाराजांची पेकॉर्ड गाडी कुलाब्याच्या दिशेनं धावत होती. मी ड्रायव्हरजवळ बसलो होतो. महाराज आणि त्यांचे ए.डी.सी. पाठीमागे बसलेले.

महाराज हे विलक्षण व्यक्तिमत्त्व.

राजकारणापासून अर्थकारणापर्यंत साऱ्या विषयांत रस घेणारे! प्रत्येक गोष्टींची जिज्ञासा त्यांच्याजवळ होती. आपुलकी, मायेचा ओलावाही त्यांच्या ठिकाणी होता. या साऱ्या गुणांचं दर्शन त्या दिवशी मला घडलं. ते माझी चौकशी करीत होते. मी सारखा मागे वळून त्यांच्या प्रश्नांची उत्तरं देत होतो. त्यांना हवी ती माहिती पुरवीत होतो.

महाराजांनी मला विचारलं,

"तू कधी ग्वाल्हेरला आला आहेस का?"

"हो! दोन-तीन वेळा आलोय महाराज. अंबर पॅलेस, ग्वाल्हेर पॅलेस मी पाहिलाय."

"मग ग्वाल्हेरचा इतिहास का लिहीत नाहीस?"

मी मागे वळून पाहत म्हटलं,

"हो. लिहायला हवा आहे. लिहिण्यासारखा निश्चित आहे तो. थोडी उसंत मिळाली ना, तर मी जरूर विचार करीन त्याचा."

गाडी कुलाब्याला पादत्राणांच्या एका मोठ्या दुकानासमोर उभी राहिली. दुकानातून नोकर पुढं धावला. त्यानं गाडीचं दार उघडलं.

महाराज गाडीतून उतरले. त्यांच्या पाठोपाठ मीही उतरलो. दुकानात गेलो.

मोठ्या अदबीनं महाराजांचं स्वागत केलं गेलं. महाराजांना बसायला चांगली खुर्ची दिली गेली. पायांची मापं घेण्याचं स्टूल समोर ठेवलं गेलं.

महाराजांना कोणत्या प्रकारचे बूट हवेत, याची नोकरानं विचारपूस केली.

महाराजांना शिकारीचे बूट हवे होते. रायडिंगसाठी, पोलोसाठी कितीतरी प्रकारचे बूट त्यांना हवे होते. नोकर एकेक बूट त्यांना दाखवीत होता. महाराज नको असलेला, न आवडलेला बूट बाजूला ठेवीत. आवडलेले, पसंत पडलेले बूट दुसऱ्या बाजूला ठेवीत. बराच वेळ असं चाललेलं होतं.

बाजूच्या एका खुर्चीत बसून मी हे सारं दृश्य पाहत होतो.

नोकर महाराजांच्या पायात बूट घालायचा, आवडला नाही, की काढायचा. दुसरा बूट घालायचा.

असा प्रकार चालूच होता.

महाराजांची खरेदी संपली.

साऱ्या बुटांचं पॅकिंग करून त्या नोकरानं ते गाडीत नेऊन ठेवलं.

महाराजांनी बिल मागवलं. ज्या नोकरानं हे बूट दाखविण्याचं काम केलं होतं, त्याला त्रेसष्ट रुपये बक्षीस दिले.

ही बक्षिसी पाहिल्यावर माझ्या डोक्यात उगीच किडा वळवळला.

महाराजांच्या जागी मी असतो ना, तर बक्षिसी म्हणून द्यायची असती तर एकावन्न रुपये दिले असते. कदाचित अगदीच खूश झालो असतो, तर एकशे एक दिले असते; पण महाराजांनी हा त्रेसष्ट आकडा कुठून आणला? काही केल्या हे कोडं उलगडत नव्हतं. महाराजांना कधी एकदा विचारीन, असं झालं होतं.

आम्ही गाडीत येऊन बसलो. गाडी सुरू झाली.

आता ए.डी.सी. पुढं बसला होता आणि मी मागे महाराजांच्या शेजारी बसलो होतो.

मनपसंत खरेदी झाल्याचा आनंद महाराजांच्या चेहऱ्यावर दिसत होता.

मी महाराजांना विचारलं.

''महाराज, एक गोष्ट विचारू का?''

''हो, विचार.''

''महाराज, आपण एवढी खरेदी केलीत. पण त्या नोकराला मात्र त्रेसष्ट रुपयेच बक्षिसी का दिलीत?''

''काय म्हणायचंय तुला?''

''महाराज, मी जर राजा असतो ना तर एकावन्न रुपये दिले असते. कदाचित एकशे एक रुपये दिले असते. पण त्रेसष्ट रुपये कुठून आणलेत तुम्ही?''

''छान प्रश्न विचारलास तू!'' महाराज प्रसन्नपणे म्हणाले, ''हे बघ, उधळपट्टी करणं मला आयुष्यात जमत नाही. एक गोष्ट लक्षात ठेव. लक्ष्मी उधळण्यासाठी नसते. ती राखून ठेवायची असते. तिला प्राणपणानं जपायचं असतं. त्या नोकराला मी त्रेसष्ट रुपयेच का दिले? हे बघ. मी ज्यावेळी बूट घालून पाहत होतो ना, त्या त्या वेळी तो नोकर मला हवे-नको ते बूट दाखवीत होता. पायात घालायचा, काढायचा. प्रत्येक वेळी पायाला त्याच्या हाताचा स्पर्श व्हायचा. अरे, तो काही माझा चाकर नव्हता. त्यानं माझ्या पायाला स्पर्श का करावा? असा त्रेसष्ट वेळा त्यानं माझ्या पायाला स्पर्श केला. म्हणून मी त्याला त्रेसष्ट रुपये दिले. समजलं?''

महाराजांच्या त्या वाक्यानं त्यांच्या आणखी एका पैलूचं दर्शन मला झालं.

त्यांचं ते वाक्य मला पुन:पुन्हा आठवत होतं.

''लक्ष्मी उधळण्यासाठी नसते, ती प्राणपणानं जपायची असते...''

याद पिया की आये

नेमकं साल मला आता आठवत नाही; पण ते संगीत संमेलन आणि त्या मैफलीचं स्मरण मात्र पक्कं स्मरणात आहे.

कोल्हापूरला अखिल भारतीय संगीत संमेलन भरलं होतं. अनेक नामवंत गायक-गायिका या संमेलनाला आल्या होत्या. त्यात बडे गुलाम अली खाँ, पाकिस्तानी गायिका शमशाद बेगम वगैरेंचा समावेश होता.

बडे गुलाम अली खाँसाहेब गाणार, म्हणून रसिकांनी पॅलेस थिएटर भरून गेलं होतं. रात्रीची मैफल. तानपुरे सुरेख जुळले होते. खाँसाहेबांचं गाणं ऐकायला रसिक श्रोते आतुर झाले होते.

पण नेमकं काय घडलं, कुणास ठाऊक. खाँसाहेब रंगमंचावर आले आणि रसिकांना हात जोडून म्हणाले,

''आज जी नहीं लगता । मुझे माफ कीजिये । मै कल जरूर गाऊँगा । मुआफ कीजिये ।''

खाँसाहेब जसे घाईघाईनं आले, तसेच घाईनं निघून गेले.

खाँसाहेब गाणार नाहीत, म्हटल्यावर

श्रोत्यांत थोडीशी चुळबुळ सुरू झाली. इतक्यात शमशाद बेगम रंगमंचावर आल्या. तानपुरे जुळवले आणि 'लीलावती' रागात त्यांनी गायला प्रारंभ केला आणि आश्चर्य हे, की शमशादनं आपल्या सुरेल आणि गोड गळ्यानं सारी मैफल जिंकून घेतली.

पण आता खरा प्रश्न होता, की आता शमशाद बेगम नंतर कुणी गायला बसायचं?

- आणि त्या गायनासाठी श्रोते थांबतील का? हा संयोजकासमोर मोठा प्रश्न होता.

कुणीतरी चंपूताईंना (हिराबाई बडोदेकर) गायला बसवावं, असं सुचवलं. हिराबाईंना विचारलं गेलं. खोटा विनय धारण न करता त्या म्हणाल्या,

"हो! बैठकीला मी जरूर बसेन. मैफलीत गाताना घाबरायचं कशासाठी?"

शमशाद बेगमच्या गायनानंतर आता हिराबाई काय गाणार हा श्रोत्यांपुढे प्रश्न होता.

हिराबाईंनी तानपुरा जुळवला आणि त्यांनी काय करावं? त्यांनी सरळ अभंग गायला सुरुवात केली-

'राधेकृष्ण बोल मुखसे, राधेकृष्ण बोलऽ'

टाळ्यांचा प्रचंड कडकडाट झाला.

आधी ऐकलेलं ख्यालगायकीच्या ढंगाचं सारं गाणं या अभंगापुढं विसरलं गेलं.

अभंगाचा थाट निराळा. त्यात हिराबाईंच्या गायनाचा ढंगही वेगळा. बघता-बघता त्यांनी मैफल जिंकून घेतली.

शमशाद बेगमच्या गाण्यानंतर गायला बसायला अनेक नामवंत गायक बिचकत होते. पण हिराबाईंनी शांतपणे गायला बसायचं ठरवलं. त्या धीटपणे म्हणाल्या,

"गायकाला नुसतं गाणं येऊन चालत नाही, तर प्रसंगावधानही असावं लागतं."

- आणि हे त्यांनी आपल्या गाण्यानं सिद्धही करून दाखविलं.

हिराबाईंचं गाणं संपलं, त्यावेळी दीड-दोन वाजले असावेत. नंतरही काही गायक गाणार होते. पण मी न थांबता सायकलवरून घरी जायला निघालो.

वेळ रात्रीची. वातावरणात कमालीची शांतता. मी देवल क्लबजवळ आलो आणि माझ्या कानांवर सूर आले. त्यापाठोपाठ शब्द...

"याद पिया की आयेऽ'

तो आवाज खाँसाहेबांचा होता.

मी सायकल बाजूला लावली आणि देवल क्लबमध्ये आलो.

खाँसाहेब एका खाटल्यावर उघडे बसलेले. स्वरमंडल हातात. शेजारी त्यांचा स्वयंपाकी वरवंटा हातात घेऊन काहीतरी वाटत होता.

सारा प्रसंगच मला वेगळा वाटला. निराळा भासला.

''जी नहीं लगता' म्हणणारे बडे गुलाम अली खाँसाहेब देवल क्लबमध्ये मात्र जीव ओतून, धुंदपणे गात होते. कलावंत लहरी असतात, असं मी अनेक वेळा ऐकलं होतं. पण आज मात्र प्रत्यक्ष अनुभवलं.

मी बाजूला उभा राहून ऐकत होतो. खाँसाहेबांनी माझ्याकडे पाहिलं आणि म्हणाले,

''आओ! भैया, बैठो!''

ही मला सुवर्णसंधी वाटली.

त्यावेळी स्वयंपाकी कोपऱ्यात शेगडी पेटवून स्वयंपाक करीत होता. खाँसाहेब लुंगी गुंडाळलेले, धिप्पाड शरीरयष्टीचे! खाटल्यावर बसून, स्वरमंडल घेऊन गात होते.

''याद पिया की आये'

ठुमरी झाली. लगेच त्यांनी 'क्या करूँ, सजनी, आये न बालम' ही ठुमरी सुरू केली.

त्या दिवशी मी अनेक ठुमऱ्या ऐकल्या. सूरसागरात मनसोक्त डुंबलो.

बडे गुलाम अली खाँची एक सवय होती. ते गळ्याला फार जपत.

गवयाचं आयुष्यभर जपायचं एकच धन असतं आणि ते म्हणजे गळा! आणि आवाज!

आजही गळा आणि आवाज जपणाऱ्या बडे गुलाम अली खाँची मला आठवण होते. त्यापाठोपाठ त्यांची ती ठुमरी -

'याद पिया की आयेऽ'

पाणी डोळ्यांत मावेना

सात जानेवारी एकोणीसशे पंच्याऐंशी.

'स्कूल ऑफ कल्चर'मध्ये एकांकिका स्पर्धा बघायला मी बसलो होतो. एवढ्यात माझे प्रकाशक अनिल मेहता माझ्याजवळ आले आणि म्हणाले,

"दादा, इंदिराबाई संत यांच्या 'गर्भरेशीम'ला साहित्य अकादमी ॲवॉर्ड मिळालं."

अनिल मेहतांचे हे शब्द कानांवर पडले. आनंदाची एक विलक्षण वीज अंगातून भणाणून गेली.

अनिल मेहतांना मी म्हणालो,

"चला, लगेच चला. माझ्या आईचं मला अभिनंदन करायला हवं!"

आई... होय... आईच!

इंदिराबाई संत मला आईच्याच जागी आहेत.

माझं मातृसौख्य माझ्या दुर्दैवानं माझ्या लहानपणीच हरवलं.

– पण माझी आई माझ्याकडे कशी बघेल, तिच्या डोळ्यांतील निरागसता, प्रेम, वात्सल्य कसं असेल, ते मला वयाच्या सतराव्या वर्षापासून इंदिराबाईंच्या डोळ्यांत सतत दिसलं आणि त्या निरागस डोळ्यांतून माझ्यावर सतत प्रेमाची बरसातच केली.

आईचं प्रेम! त्या माझ्या आईसाठी हार घेऊन त्यांच्या घरी जायला निघालो. तिचं अभिनंदन करायला!

हार घेतला. मनात शंका आली. हार बघून इंदिराबाई मला हे तर म्हणणार नाहीत :

...खिडकीशी बसून,
एकामागून एक कबुतरे सोडायची दिगंतरावर...
ओंजळीत धरून मनाच्या
कणाकणाच्या पुड्या गळ्यात बांधून
आनंदाच्या... अभिनंदनाच्या... खुशालीच्या...
जिथे तिथे 'मी'च्या
हा विश्वव्यापी पोरकटपणा
कधी तरी थांबायला हवा...

खरंच या 'मी' पासून ही माझी आई कितीतरी दूर होती. माझ्या आधी हा सन्मान त्यांना मिळायला हवा होता. खूप आधी...

आज आठवतोय सन एकोणीसशे अठ्ठेचाळीस!

छोट्या छोट्या कथा घेऊन मी (कै.) ना. सी. फडके, कमलाबाई फडके यांना दाखवायला घेऊन जाई. माझ्या चुका कमलाबाई दूर करीत असत आणि एका कोपऱ्यात माझ्या चेहऱ्यावरचे भाव आईच्या कौतुकानं न्याहाळत इंदिराबाई बघत. अपार प्रेमानं, मायेनं!

आज कविता-क्षेत्रात मी तीनच व्यक्तींना मानतो. इंदिरा संत, पद्मा गोळे, अनुराधा पोतदार. याखेरीज आणखी एक कवयित्री शांताबाई शेळके यांनी चित्रपट, नाट्यसंगीत यामध्ये आपल्या काव्याचे अनेक ढंग बदलले आहेत.

पण या तिन्हींच्या वृत्तीपासून इंदिराबाई सतत अलगच राहिल्या आहेत. आपल्या सालस, निर्व्याज, देखण्या काव्यामधून त्यांनी एक वेगळाच आणि निर्मळ गंगाप्रवाह निर्माण केला आहे. काव्य सोपी गोष्ट नाही. ती अत्यंत सूक्ष्मतर गोष्ट आहे...

... एखाद्या शांत जलाशयामध्ये एक खडा फेकावा, जिथं तो खडा पडतो, तिथून पसरत काठावर वलयं यावीत, असं काव्य असतं. जिथं तो खडा पडतो ना, तो त्याचा बिंदू असतो. एवढ्या तरल भावनेशी आपली भावना व्यक्त करताना कविमनाला कुठंतरी हरवावं लागतं...

ते सामर्थ्य माझ्या या आईचं - इंदिराबाईचं आहे.

प्रसिद्धीपासून अलिप्त राहिलेल्या अशा या बाईंना 'गर्भरेशीम' काव्यसंग्रहाबद्दल बक्षीस मिळालं.

व्वा! 'गर्भरेशीम' हे नावसुद्धा किती समर्पक आहे. हा काव्यसंग्रह वाचताना या कवयित्रीचं भावुक, निरागस जीवन डोळ्यांसमोर उभं राहतं.

... असं वाटतं, की आपल्या आईला केव्हा तरी प्रेमभरानं मिठी मारावी. आपल्या आयुष्यातला मातृप्रेमाचा वियोग केव्हातरी नाहीसा करावा.

या क्षणी ओळ आठवते एकच...
पाणी डोळ्यांत मावेना
तरी डोळ्यांआड झाले
मानसीच्या धरित्रीने
आई म्हणून धन्य केले.

आणि मैफल अधुरी राहिली...

त्यावेळी माझा मुक्काम पुण्यात होता. बालपणापासून माझ मनं संगीतात रमलेलं. त्यामुळे कुठं मैफल असली, की कळत, न कळत त्या मैफलीच्या दिशेनं माझी पावलं वळत. संगीताच्या त्या धुंद वातावरणात मन रमून जात असे. ही मैफल ऐकताना मी लेखक, साहित्य अकादमीचं पारितोषिक मिळवणारा पद्मश्री सारं विसरून जात असे. त्यामुळे रसिक म्हणून अशा मैफलींचा आनंद मला उपभोगायला मिळायचा. आजही अशा मैफलींचा आस्वाद घेताना माझी हीच धारणा असते. या वृत्तीमुळे माझा अनेक मोठमोठ्या गायकांशी परिचय झाला. या परिचयाचं पुढं स्नेहात रूपांतर झालं. मग हा स्नेह जागवण्याचा आम्ही उभयतांनी आपापल्या परीनं प्रयत्न केला आहे.

वसंतराव देशपांडे यांची आणि माझी ओळख झाली, ती अशाच एका मैफलीमध्ये. लक्ष्मी क्रीडा-मंदिरात वसंतरावांचं गाणं होतं. त्या मैफलीला मी गेलो होतो. बरोबर भीमसेन जोशी होते. अनेक गायक-गायिकांचा परिचय झाला, तो अशाच मैफलीतून!

वसंतरावांचा आणि माझा परिचय नव्हता. पण वसंतरावांच्या 'त्या' नजरेतून

मी सुटलो नव्हतो. 'आपलं जिथं गाणं असतं, तिथं हा माणूस आवर्जून बैठकीस उपस्थित राहतो,' हे त्यांच्या ध्यानी आलं होतं. मल्लिकार्जुन मन्सूर, गंगुबाई हनगल, कुमार गंधर्व अशा नामवंत गायकांचा परिचय झाला, तोही अशाच मैफलींतून.

वसंतरावांचा परिचय झाला, तो या मैफलीत. त्यांची स्नेह जोडण्याची व वाढवण्याची कला काही औरच होती. या माणसानं तोडणारा स्नेह कधी जोडलाच नाही.

मैफल संपली. वसंतराव म्हणाले,

"काय रणजित, चुना-तंबाखू मळणार का?"

या पहिल्या भेटीतच त्यांनी मला आपलंसं करून घेतलं आणि अखेरपर्यंत हे आपलेपण त्यांनी जपलं. वसंतरावांच्या त्या 'काय, रणजित!' या एकेरी हाकेत खूप काही सामावलं होतं.

सवाई गंधर्व महोत्सव चालू होता. या संगीत महोत्सवात अनेक नामवंत गायक हजेरी लावणार होते. सवाई गंधर्व संगीत महोत्सव हे पुण्याचं खास वैशिष्ट्य. संगीत मैफलींचा मनमुराद आस्वाद घ्यायची ही पर्वणीच! या महोत्सवाचे खरे आधार दोघंच. भीमसेन जोशी आणि वसंतराव!

मैफल सुरू होती. बेगम अख्तर यांचं गाणं आज ऐकायला मिळणार, म्हणून मी मोठ्या आनंदात होतो. रात्रीचे बारा वाजून गेलेले. कंटाळा आला म्हणून मी भावे स्कूलजवळ राहणाऱ्या वसंतरावांकडे गेलो.

जिन्याच्या पायऱ्या चढत असतानाच पेटीचे स्वर कानांवर पडले. वसंतरावांशी चार गप्पा माराव्यात आणि बेगम अख्तरांचं गाणं सुरू झालं, की मैफलीला येऊन बसावं, असं मनाशी ठरवलं होतं.

पण वसंतरावांच्या खोलीतून पेटीचे स्वर ऐकू येत होते.

खोलीत पाऊल टाकलं आणि आश्चर्यानं मी अवाक् झालो.

बेगम अख्तरच मांडीवर पेटी घेऊन गात होत्या.

मला पाहताच वसंतराव नेहमीच्या खट्याळपणे म्हणाले,

"ये, रणजित ये. अजून बाभळीची लाकडं पडायला बराच वेळ आहे.'

मांडीवर पेटी घेऊन बेगमबाई गात होत्या. पानाचं तबक शेजारीच होतं. पिकदाणी जवळ होती. बेगमबाईंनी नुकतंच पान जमवलं होतं.

वसंतरावांनी माझी ओळख करून दिली.

बेगमबाईंनी "बैशो, बेटा, बैशोऽ' म्हणून बसायला सांगितलं.

बेगम अख्तर गायला लागल्या. त्या एकामागून एक ठुमऱ्या गात होत्या. मी

वेडापिसा होऊन ऐकत होतो. वसंतराव त्या ठुमऱ्यांना मनसोक्त दाद देत होते.

त्या दोन ज्येष्ठ गायकांची ती अजोड मैत्री पाहून मी थक्क झालो होतो.

वसंतराव हे विलक्षण व्यक्तिमत्त्व होतं. गायनावर तर त्यांची जबरदस्त पकड होती. एवढंच नव्हे, तर अनेक नामवंत गायकांच्या गानशैलींशी त्यांचा परिचय होता. पण वसंतरावांचं मला वेगळेपण जाणवलं, ते एका वेगळ्याच गोष्टीत. अनेक विषयांत ते रस घेणारे होते. वैद्यकशास्त्र हा जसा त्यांचा जिज्ञासेचा विषय, तसेच ते वाङ्मयाचे मोठे अभ्यासक. साहित्यशास्त्र, काव्यशास्त्र यासारख्या विषयांवरही ते तासन्‌तास बोलत.

वसंतराव वर्षातून तीन-चार वेळा कोवाडला विश्रांतीसाठी येत. मी रवि वर्मा लिहीत होतो. विश्वामित्र-मेनकेचा प्रसंग मी लिहून पूर्ण केला होता. मेनका शकुंतलेला घेऊन येते आणि विश्वामित्र डोळ्यांवर हात ठेवून मेनकेला धिक्कारतो, हे रवि वर्म्यानं काढलेलं चित्र आणि त्या चित्राच्या आधारानं मी लिहिलेला तो प्रसंग!

वसंतरावांना मी तो प्रसंग वाचून दाखविला.

वसंतराव तो प्रसंग शांतपणे ऐकत होते.

माझं वाचन संपलं.

वसंतराव मनानं तसे भावनाविवश! टचदिशी वसंतरावांच्या डोळ्यांत पाणी आलं. ते पाहून मी विचारलं,

"बुवा, काय झालं?"

"बाळा, सारं चुकलं, रे तुझं! अरे, प्रतिसृष्टी निर्माण करू पाहणारा तो विश्वामित्र आणि स्वर्गीची अप्सरा मेनका, त्या दोघांना इतकं व्यभिचारी ठरवलंस! क्षणिक मोहापायी त्यांच्या हातून चूक घडली असेल. म्हणून त्यांचं थोरपण विसरायचं का? जरा ते चित्र नीट निरखून तरी पाहा."

माझ्यासमोर ते रवि वर्म्याचं चित्र होतं.

"पाहिलंस ते चित्र. नीट उघड्या डोळ्यांनी पाहा. त्यात विश्वामित्राच्या डोळ्यांत तुला कणवच दिसेल आणि मेनकेच्या डोळ्यांतही कणवच दिसेल. तो विश्वामित्र सांगतो, "या मुलीचं पोषण करायला मी असमर्थ आहे. मी तपस्वी आहे ना! मी तुला सांभाळू शकत नाही. रणजित, या दोन थोर जिवांची थट्टा, असं काहीतरी लिहून करू नकोस."

वसंतराव मोकळेपणानं बोलत होते. मी त्यांचं ते बोलणं शांतपणे ऐकत होतो. पुढं मी ते प्रकरण बदललं.

कलावंतांमध्ये आपण किती मोठे आहोत आणि दुसरा किती लहान आहे, हे सांगण्याची फार हौस असते. पण वसंतराव हे असे गायक-कलावंत मी पाहिले, की ते सदैव आत्मस्तुती आणि परनिंदा यापासून दूर राहिले.

कोवाडला वसंतराव विश्रांतीसाठी येत आहेत, याचं भान मला सदैव असे. येताना ते आपल्या तीन-चार स्नेह्यांना बरोबर घेऊन येत असत. वसंतराव जातिवंत गायक. त्यांच्या गप्पांत किती वेळ जाणार! मग ते म्हणायचे,

''अरे, ते खोकं आणि डबडी काढ की.''

खोकं म्हणजे पेटी आणि डबडी म्हणजे तबला-डग्गा.

तानपुरा जुळवला जायचा. मग कुणीतरी पेटी धरायची. तानपुऱ्याला मी बसत असे.

बुवा (वसंतराव) आणि कुमार गंधर्व तबला वाजवण्यात पटाईत. वसंतराव तबला ओढून पुढ्यात घ्यायचे. मांडीवर तबला घेऊन बुवा गायला लागायचे. मस्त मैफल रंगायची. वेळ कसा गेला, हे कळायचंदेखील नाही.

वसंतराव माझ्याकडे विश्रांतीसाठी आले की, अशा मैफली त्यांचं तंत्र सांभाळून होत असत. माझ्याकडे उत्कृष्ट प्रतीचा टेपरेकॉर्डर होता. पण बुवांना विश्रांतीसाठी कोवाडला बोलावून घेऊन त्यांना गायला लावून ते टेप करून घ्यावं, असा विचार माझ्या मनात कधीच आला नाही. बुवांना घरी बोलावून घेऊन त्यांना गायला लावणाऱ्या आणि ते गाणं टेप करून घेणाऱ्या माणसांविषयी बुवांच्याच तोंडून मी अनेक वेळा ऐकलं होतं.

बुवा पुण्याच्या जोशी हॉस्पिटलमध्ये होते. तब्येत सुधारत होती. ज्या दिवशी त्यांना डिस्चार्ज मिळणार, त्याच दिवशी माझी प्रकृती बिघडल्यामुळे त्याच हॉस्पिटलमध्ये मी दाखल झालो. योगायोगानं बुवांचीच कॉट मला मिळाली. बुवा मला म्हणाले,

''आता आपण नाट्य संमेलनाचे खरे अध्यक्ष शोभता बरं! आता माझी सूत्रं तुमच्या हाती सोपवितो आणि घरी जातो. झोपा या कॉटवर, हं!''

जोशी हॉस्पिटलमध्ये जोपर्यंत मी होतो, तोपर्यंत माझा जेवणाचा डबा बुवांच्या घरून येत असे. आमचं दैवही थोडं विचित्र होतं...

बुवांना जिना उतरायची परवानगी नव्हती आणि मला जिना चढायची!

बारा-साडेबारा वाजले, की बुवांची घालमेल सुरू व्हायची. माझा जेवणाचा डबा मला वेळेवर मिळायला हवा याकडे त्यांचं लक्ष असायचं. त्या बिचाऱ्या

वहिनींची आणि त्यांच्या सूनबाईची किती धावपळ व्हायची म्हणून सांगू!

जोशी हॉस्पिटलपासून बुवांचं घर अगदी जवळ. हाकेच्या अंतरावर म्हटलं तरी चालेल.

मला हिंडा-फिरायला परवानगी मिळाली होती. पण हॉस्पिटलमधून रवानगी झाली नव्हती. मी बुवांकडे जात असे. खालूनच हाक मारायची, ते गॅलरीत यायचे.

मी खालून आणि ते गॅलरीतून बोलायचो...

...हा सारा प्रसंग मला रोमिओ-ज्यूलिएटसारखा वाटायचा.

...ज्युलिएट गॅलरीत, रोमिओ खाली!

- आणि माझं दुर्दैव, की आमची ज्यूलिएट निघून गेली- त्या ज्यूलिएटची आठवण काढीत मी बसलो आहे, इथं त्या रोमिओसारखा!

निवडक अध्यक्षीय भाषणे

संचित

रणजित देसाई

'...साहित्य ही निरपेक्ष वस्तू नाही. ती कोणाच्यातरी सह जाणारी वस्तू आहे. आपलं मानवी जीवन अनेक निष्ठांच्या बळावर जगलं जातं. साहित्यातून याच निष्ठा साकारत असतात. लेखकाच्या स्वानुभवातून त्याला घडणारं जीवनदर्शन एवढ्यानं साहित्यनिर्मिती होत नसतं. त्याचं साहित्य स-हित म्हणजे हितासहित असावं लागतं. लेखक निव्वळ वास्तवता टिपत नसतो. वास्तवाच्या साऱ्याच गोष्टींनी त्याचं मन भारलं जात नाही; काही गोष्टी त्याच्या अनुभूतीला भिडतात; त्यातूनच त्याचं मन जागं होतं. या वास्तवाच्या अनुभूतींतून जाग्या झालेल्या मनाला कुठंतरी आदर्शाचा स्पर्श होतो आणि त्याचं साहित्य साकारतं. नुसते सूर्यकिरण पाण्यावर पडून इंद्रधनुष्य उमटत नाही. मेघावरून परावर्तित झालेले सूर्यकिरण जेव्हा आकाशातून स्त्रवणाऱ्या दवबिंदूंवर पडतात, तेव्हाच सप्तरंगांचं इंद्रधनुष्य प्रगटतं. वास्तवाला आदर्शाचा जेव्हा स्पर्श होतो, तेव्हाच त्या साहित्याला वेगळं रूप लाभतं...!

अभिजात साहित्य आणि त्याच्या निर्मितिप्रेरणा यासंदर्भात वेगवेगळ्या निमित्तांनी, वेगवेगळ्या संमेलनात रणजित देसाई यांनी अध्यक्षपदावरून केलेल्या निवडक भाषणांचा एकत्रित संग्रह!'